PHÁT TÂM BỒ-ĐỀ

PHÁT TÂM BỒ-ĐỀ

ĐỨC ĐẠT-LAI LẠT-MA XIV
Việt dịch: PHAN CHÂU PHA - TIỂU NHỎ
Hiệu đính: VÕ QUANG NHÂN - NGUYỄN MINH TIẾN

Bản quyền Việt dịch thuộc về các dịch giả và Nhà xuất bản Liên Phật Hội (United Buddhist Publisher).

Copyright © 2017 by Nguyen Minh Tien
ISBN-13: 978-1545476307
ISBN-10: 1545476306

© All rights reserved. No part of this book may be reproduced by any means without prior written permission from the publisher.

ĐỨC ĐẠT-LAI LẠT-MA XIV

Việt dịch: PHAN CHÂU PHA - TIỂU NHỎ
Hiệu đính: VÕ QUANG NHÂN - NGUYỄN MINH TIẾN

PHÁT TÂM BỒ-ĐỀ

NGUYÊN TÁC

GENERATING THE MIND OF ENLIGHTENMENT

&

WHAT CAN RELIGION CONTRIBUTE TO MANKIND?

SONG NGỮ ANH-VIỆT

NHÀ XUẤT BẢN LIÊN PHẬT HỘI

LỜI NÓI ĐẦU

Tập sách này gồm 2 bài giảng của Đức Đạt-lai Lạt-ma XIV, được ngài Rajiv Mehrotra - đệ tử của đức Đạt-lai Lạt-ma - trực tiếp ban cho chúng tôi cùng với 4 bài giảng khác nữa, kèm theo một văn bản cho phép chuyển dịch tất cả sang Việt ngữ và phát hành ở dạng song ngữ Anh-Việt. Phát tâm Bồ-đề là bài giảng được chúng tôi hoàn tất trước tiên và được chọn làm tựa đề cho tập sách này vì tính phổ quát của nó đối với mọi người Phật tử. Bài giảng này có nội dung khuyến khích và hướng dẫn việc phát tâm Bồ-đề, một yêu cầu tối thiết yếu đối với bất cứ ai muốn bước chân vào con đường tu tập theo Phật giáo Đại thừa.

Bài giảng thứ hai trong sách này có tựa đề "Tôn giáo có thể đóng góp gì cho nhân loại?" đề cập đến vai trò của các tôn giáo nói chung và Phật giáo nói riêng trong việc mang đến một cuộc sống tốt đẹp hơn cho toàn nhân loại.

Chúng tôi thành kính tri ân đức Đạt-lai Lạt-ma XIV và ngài Rajiv Mehrotra đã dành cho chúng tôi một đặc ân ngoài cả sự mong đợi khi ban tặng những giáo pháp này, và chúng tôi cũng ngầm hiểu rằng

đây là một món quà vô giá mà các ngài muốn thông qua chúng tôi để gửi tặng tất cả Phật tử Việt Nam, những ai mong muốn được học hỏi Chánh pháp của đức Thế Tôn từ lời dạy của các bậc cao tăng đương đại. Chúng tôi cũng cảm tạ các vị Ven. Lhakdor, Dorje Tseten and Jeremy Russell đã chuyển dịch từ Tạng ngữ sang Anh ngữ để chúng tôi có cơ hội Việt dịch từ bản anh ngữ và giới thiệu cùng độc giả Việt Nam. Xin cảm ơn Pedron Yeshi và Jeremy Russell đã làm công việc hiệu đính cho các bản Anh ngữ.

Mặc dù đã nỗ lực hết sức trong quá trình chuyển dịch nhưng chắc chắn không thể tránh khỏi ít nhiều sai sót. Chúng tôi xin nhận phần trách nhiệm đối với mọi khiếm khuyết trong việc dịch thuật cũng như trình bày và rất mong mỏi sẽ nhận được những góp ý chỉ dạy từ độc giả.

Cuối cùng, những người thực hiện sách này xin hồi hướng mọi công đức về cho tất cả chúng sanh hữu tình. Nguyện cho sự ra đời của tập sách này sẽ giúp cho tất cả những ai hữu duyên gặp được nó đều sẽ nhanh chóng phát tâm Bồ-đề và dũng mãnh tinh tấn trên đường tu tập cho đến ngày thành tựu giác ngộ viên mãn.

Trân trọng,
NGUYỄN MINH TIẾN

PHÁT TÂM BỒ-ĐỀ

GENERATING THE MIND OF ENLIGHTENMENT

Bài giảng của
đức Đạt-lai Lạt-ma XIV

PHÁT TÂM BỒ-ĐỀ

Đức Đạt-lai Lạt-ma XIV

Mùa thu năm 1992, Đức Đạt-lai Lạt-ma XIV được mời đến giảng ở các buổi lễ khánh thành Viện Drikung Kagyu Jangchub Choeling tại Dehra Dun. Sau khi giảng giải tác phẩm Con đường tối thượng của ngài Gampopa, được gọi là Bảo tràng pháp (Lam mchok rin chen phreng ba), vào ngày 20 tháng 11 năm 1992, Ngài đưa ra bài giảng sau đây về cách phát khởi tâm Bồ-đề.

*

Cũng như tất cả mọi chúng sinh hữu tình, chúng ta đánh giá cao chính bản thân mình. Tôi đánh giá cao bản thân mình không phải vì biết ơn hay tử tế với chính mình, mà vì tất cả chúng ta đều sẵn có sự quan tâm tự nhiên đối với giá trị của chính bản thân mình. Vì tất cả chúng sinh hữu tình đều trân quý chính mình, nên mọi người đều có quyền xua tan khổ đau và hành động vì hạnh phúc tương lai của chính bản thân họ. Mọi người đều có quyền bình đẳng trong việc tránh xa khổ đau và tìm cầu hạnh phúc, vì tất cả chúng ta đều sống phụ thuộc lẫn nhau.

Tạm gác lại vấn đề đạt đến quả Phật, ngay cả trong các tình huống rất thông thường xảy ra trong

GENERATING THE MIND OF ENLIGHTENMENT

By His Holiness the Dalai Lama XIV

In the autumn 1992, as part of the celebrations to inaugurate the newly completed Drikung Kagyu Jangchub Choeling Institute, at Dehra Dun, His Holiness the Dalai Lama was invited to teach. After his explanation of Gampopa's Supreme Path called a Precious Garland (Lam mchok rin chen phreng ba), on 20th November 1992 he gave the following account of how to generate the mind of enlightenment.

*

We value ourselves highly, as all sentient beings do. I value myself highly, not because I am grateful to myself, or kind to myself, but because we have a natural and spontaneous regard for our own worth. Because all sentient beings regard themselves as precious, everybody is entitled to dispel their suffering and work for their own future happiness. Everyone has an equal right to avoid suffering and work for happiness, because we live inter- dependently with each other.

Leave aside the question of attaining Buddhahood, even in the ordinary insignificant events in

cuộc sống thì hạnh phúc của ta cũng phụ thuộc vào những người khác. Chẳng hạn, việc có được những tiện nghi để chúng ta hôm nay cùng đến đây giảng pháp và nghe pháp là phụ thuộc vào những người đầu tiên mua đất, san lấp rồi xây lên các tòa nhà này. Sự hoàn tất các cơ sở vật chất đó chính là thành quả công việc của những người này.

Như trường hợp của riêng tôi chẳng hạn, hiện đã gần sáu mươi tuổi rồi và tôi có thể sống đến giờ không phải nhờ vào những phẩm chất của riêng tôi hay vì tôi có thể tự lực, mà chính là nhờ vào lòng tốt của nhiều người. Tôi đã phải phụ thuộc vào nhiều người khác để có được thức ăn, nước uống, quần áo và chỗ ở. Tất cả những thứ kể trên có được là nhờ vào lòng tốt của nhiều người khác; không món nào có được nhờ vào bất kỳ phẩm chất tự lực siêu nhiên nào mà tôi có thể có. Nếu tôi có được bất kì phẩm chất tự tồn nào như thế, hẳn tôi đã sống trong một thung lũng tách biệt không người. Nhưng tôi thực sự hoàn toàn không thể tồn tại ở một nơi như thế. Tôi phải sống ở những nơi có con người.

Điều này cho thấy rằng con người phải sống phụ thuộc vào những đồng loại của mình. Và thật sai lầm khi có ác ý với những người mà mình phụ thuộc vào. Chúng ta hành xử như vậy vì sự si mê. Đó là lối cư xử hết sức dại dột. Trong cuộc sống, chúng ta dựa vào sự hỗ trợ của tất cả những chúng sinh tốt bụng. Đó là lý do tại sao những kiến thức tôn giáo là một phần hết sức quan trọng trong cách nhìn của

Generating the mind of enlightenment

our lives our happiness is dependent on others. For example, the facilities we have here and our coming together to teach and listen to teachings are dependent on those who first bought the land, levelled it and put up the buildings. The completion of these facilities is the fruit of all those people's work.

In my own case, for instance, I am now in my late fifties and over the years I have been able to live due to the kindness of others, not through my own qualities alone or because I am self-sufficient. I have depended on others for my food, for my drink, for my clothes and shelter. All these provisions come about due to the kindness of other sentient beings; none of them come about through any superhuman self-sufficient qualities I may possess. If I had any such self-sustaining qualities, I could have lived in an unpopulated, isolated empty valley. But, actually I could not survive in such a place at all. I have to live where there are other people.

This shows that human beings have to live in dependence on their fellow human beings. And it is misguided to show ill-will towards those on whom you must depend. We behave in this way due to our ignorance. It is a stupid mistake to conduct yourself in that way. In our lives we rely on the support of all the kind sentient beings. This is why

mỗi chúng ta. Tương tự, việc nuôi dưỡng những giá trị tinh thần như tâm từ bi và tình yêu thương, vốn là cội nguồn của tôn giáo, chỉ có được trong tương quan với một đối tượng. Từ quan điểm trên, chúng ta có thể hiểu được tất cả chúng sinh đã tử tế với mỗi người trong chúng ta như thế nào khi mang đến cho ta một cơ hội dễ dàng để phát khởi lòng yêu thương và tâm từ bi.

Nếu bạn chưa phát khởi tâm từ bi thì giờ bạn có thể phát khởi. Nếu bạn đã phát khởi rồi thì bạn có thể làm tăng trưởng nó. Cuối cùng, cách thức để đạt được trạng thái của một Đấng Chiến Thắng toàn giác bắt nguồn từ việc thực hành tình yêu thương và tâm từ bi này. Nhưng nếu không có chúng sinh, hẳn chúng ta không thể sinh khởi lòng yêu thương và tâm từ bi. Và nếu không có chúng sinh, hẳn chúng ta cũng không có được sự dũng mãnh và quyết tâm để khơi dậy tâm thức này.

Từ một góc nhìn thoáng hơn, nếu suy xét kỹ thì tất cả những phẩm tính tốt đẹp chúng ta có được hiện nay và trong tương lai đều là nhờ vào lòng tốt của hết thảy chúng sinh. Khi bạn có động lực mạnh mẽ làm việc vì người khác bạn có thể sống một cuộc sống đầy ý nghĩa. Khi bạn luôn hướng đến việc làm lợi lạc cho người khác, bạn sẽ nhận ra rằng mình luôn luôn hạnh phúc.

Thực tế đúng là vậy, tất cả những hạnh phúc nhất thời và rốt ráo của bạn đều phụ thuộc vào những chúng sinh tốt bụng. Về mặt nội tâm cũng

Generating the mind of enlightenment

religious knowledge is a necessary part of our outlook. Similarly, cultivation of spiritual qualities like compassion- and love, which are the root of religion are possible only with reference to an object. From this point of view we can see how sentient beings are kind to each of us by providing an easy opportunity to generate love and compassion.

If you have not already generated compassion, then you can generate it. If you have generated it, you can increase it. In the end, the way to attain the state of an omniscient conqueror is derived from this practice of love and compassion. But if there were no sentient beings we would not be able to generate love and compassion. If there were no sentient beings we would not have the courage and determination to generate this mind.

If we think carefully, from a wider perspective we owe our entire present and future collection of good qualities to the kindness of sentient beings. When you are strongly motivated to work for others, you can lead a meaningful life. When you have a strong inclination to benefit others, you will find that you are always happy.

Just as it is a reality that all your temporary and ultimate happiness is dependent upon kind sentient beings, so internally too the more you con-

vậy, bạn càng quan tâm đến lợi ích của người khác thì bạn sẽ càng được hạnh phúc hơn. Điều này rất tự nhiên, vì khi bạn có thái độ vị tha như vậy, bạn sẽ tìm thấy hạnh phúc của chính mình.

Bạn càng có khuynh hướng thờ ơ với lợi ích của người khác và chỉ nghĩ đến lợi ích của riêng mình thì bạn sẽ càng kém hạnh phúc. Khi bạn có thiện chí giúp đỡ người khác, bạn sẽ thấy hạnh phúc trong hiện tại và chính điều đó sẽ mang lại lợi ích cho bạn trong tương lai. Ngược lại, nếu bạn sống vị kỷ và có khuynh hướng bỏ mặc mọi người, điều đó cuối cùng sẽ mang đến bất hạnh cho bạn. Tóm lại, một thái độ vị kỷ sẽ hủy hoại chính bản thân bạn và những người xung quanh. Một tấm lòng luôn quan tâm đến người khác sẽ mang lại hạnh phúc cho chính bạn và những người chung quanh. Vì vậy quan tâm đến người khác chính là cội nguồn của tất cả những phẩm tính tốt đẹp. Không quan tâm đến người khác vì tính vị kỷ là nguyên nhân của tất cả sai lầm như [hướng đến] sự bình an đơn độc của Niết-bàn hoặc sự đau khổ trong vòng luân hồi. Điều đó giống như một căn bệnh kinh niên vậy.

Vì vậy, hôm nay đây khi các bạn có thể lắng nghe giáo pháp Đại thừa, giáo pháp của đức Phật về tình yêu thương, lòng từ bi và tâm Bồ-đề, cho dù bạn chưa thể thực hành được tất cả thì ít ra bạn cũng có thể hiểu được giá trị của chúng. Vào một thời điểm như thế này, chúng ta nên phát khởi một động cơ tốt, tụng đọc các bài nguyện và cố gắng phát tâm Bồ-đề.

Generating the mind of enlightenment

cern yourself with others' welfare, the happier you will be. It is only natural that when you have such an altruistic attitude you will find personal happiness.

The stronger your inclination to neglect others' welfare and think only of yourself, the unhappier you will be. When you have the will to help others, you will be happy in the present and it will bring you benefit in the future. On the other hand, if you are self-centered and inclined to neglect others, eventually it will bring misfortune upon you. In short, a self-centered attitude will bring destruction upon yourself and others. The mind which is concerned with others brings happiness to yourself and others. Therefore, concern for others is the root of the entire collection of good qualities. Disregarding others out of self-centeredness is the root of all downfalls like the one sided solitary peace of Nirvana and the suffering in the cycle of existence. It is like a chronic disease.

So, today, when you are able to listen to a Mahayana teaching, the Buddha's teaching on love, compassion and mind of enlightenment, even if you cannot put them all into practice, you can at least appreciate them. At such a time we should generate a good motivation, say prayers, and try to generate the mind of enlightenment. If we were

Giả sử như chúng ta tìm hiểu xem chư Phật, Bồ Tát mà ngày nay chúng ta quy y đã đạt đến sự giác ngộ như thế nào, chúng ta sẽ thấy rằng [đó là nhờ] các ngài đã phát khởi tình yêu thương, lòng từ bi và tâm Bồ-đề. Vì thế, trong trường hợp của chúng ta cũng vậy, để tự bảo vệ mình trước những nỗi sợ hãi hiện nay và mãi mãi về sau, chúng ta nên khởi sự thực hành tình yêu thương, lòng từ bi và phát tâm Bồ-đề.

Giả sử chúng ta tóm lại tinh yếu của những lời dạy mà chư Phật, Bồ Tát đã đưa ra trong tám mươi bốn ngàn pháp môn thì đó hẳn phải là sự thực hành tình yêu thương, lòng từ bi và tâm Bồ-đề.

Ngay lúc này và tại đây, các yếu tố nội tâm và phương tiện bên ngoài đều đã sẵn sàng cho tất cả chúng ta. Chúng ta có một cơ hội để thực hành Chánh pháp. Chúng ta phải quyết tâm phát khởi một ước muốn vị tha giúp đỡ người khác. [Và] nếu bạn đã sẵn có một tâm hạnh như thế, bạn nhất định phải phát triển nó hơn nữa.

Để phát khởi được tâm thức như vậy, điều quan trọng nhất là phải luôn tỉnh giác. Trong cuộc sống hằng ngày, hãy rèn luyện các khía cạnh và đối tượng khác nhau của tâm Bồ-đề. Dần dần thay đổi tâm thức tiêu cực của bạn, và cuối cùng là phát khởi tâm Bồ-đề dũng mãnh, quan tâm đến người khác nhiều hơn chính bản thân mình.

Một yếu tố để phát khởi được tâm thức như thế là hãy phát tâm trước sự hiện diện của các vị thầy và nhiều người bạn tốt. Bạn quán tưởng trước mặt mình

Generating the mind of enlightenment

to investigate how the Buddhas and Bodhisattvas that we take refuge in today became enlightened, we would find that they generated love, compassion and the mind of enlightenment. So, in our case too, in order to protect ourselves from our present and ultimate fears, we should put love, compassion and the mind of enlightenment into practice.

If we were to summarize the essence of the instruction of the heap of eighty-four thousand teachings that the Buddhas and Bodhisattvas have taught, it would consist of the practice of love, compassion and the mind of enlightenment.

Here and now, the external and internal facilities are available to us. We have an opportunity to practise the Dharma. We must resolve to generate an altruistic wish to help others. If you already have such a mind you must enhance it.

In order to generate such a mind, the most important thing is to pay constant attention. In your daily life, train in regard to the various aspects and objects of the mind of enlightenment. Gradually reform your negative mind and finally generate this courageous mind of enlightenment, concerning yourself more with others than yourself.

One factor for generating such a mind is to do so in the presence of Lamas and many virtuous friends. You visualize before you the Buddhas and

là chư Phật và các vị Bồ Tát chứng minh. Nhờ có sự hiện hữu của nhiều yếu tố nội tâm và ngoại cảnh, bạn sẽ có thể gieo cấy được một tâm thức cao quý trong sạch và nhờ đó mà thức tỉnh hoặc nuôi dưỡng các khuynh hướng trước kia. Nếu bạn không sẵn có các khuynh hướng như thế, thì việc bắt đầu tạo dựng các khuynh hướng trong sạch là cực kỳ hữu ích.

Chúng ta sẽ cùng nhau thực hành trọn vẹn nghi thức phát tâm Bồ-đề. Có hai truyền thống: một truyền thống bắt nguồn từ ngài **Shantideva** (Tịch Thiên) vì được thấy trong tác phẩm Tập Bồ Tát học luận (Sanskrit: Śikṣāsamuccaya) của Ngài; một truyền thống nữa bắt nguồn từ ngài **Asaṅga** (Vô Trước) và **Serlingpa** (Đại sư Kim Châu). Cả hai truyền thống này đều được tìm thấy trong tác phẩm "Giải thoát trang nghiêm bảo luận" của ngài **Gampoba**.

Một số học giả Tây Tạng phân loại hai kiểu phát tâm theo truyền thống của trường phái Duy thức và theo Trung quán tông. Hôm nay chúng ta sẽ thực hành phát tâm Bồ-đề theo trường phái Duy thức, truyền thống được truyền lại từ ngài Vô Trước. Chúng ta sẽ sử dụng bản văn Trang nghiêm bảo luận này.

Theo ngài Jowo Serlingpa, người đã nhận truyền thừa từ ngài Di-lặc thông qua ngài Vô Trước, có hai tiến trình là phát tâm mong cầu giác ngộ và phát nguyện tu tập [để đạt đến giác ngộ]. Tâm thức mà bạn phát khởi đó gọi là tâm nguyện.

Generating the mind of enlightenment

the children of the Buddha as witness. Due to the presence of many external and internal factors, you should be able to cultivate a fresh noble mind and to awaken or nurture the previous predispositions. If you don't have such previous imprints, then it will be a great benefit to establish fresh dispositions.

We are going to go through the ritual for generating the mind of enlightenment together. There are two traditions: one derived from Shantideva, as found in his text the Compendium of Trainings, and the tradition passed down from Asanga and Serlingpa. Both of these traditions are to be found in the Jewel Ornament of Liberation by Gampoba.

Some Tibetan scholars classify two modes for generating the mind: the tradition of the Mind Only School and the Madhyamika tradition. Today, we will do it in accordance with the Mind Only School, the tradition coming from Asanga. We will use this text, the Jewel Ornament.

According to Jowo Serlingpa, whose tradition comes from Maitreya, through Asanga, there are two processes; generating the aspirational mind of enlightenment and receiving the vows of engaging activity. The mind that you generate is called the aspirational mind with commitments.

19

Như vậy, thế nào là tâm nguyện? Có sự khác biệt giữa việc chỉ phát tâm mong cầu và phát tâm có thệ nguyện. Khi bạn chỉ đơn thuần phát tâm mong cầu, bạn chỉ đơn giản nghĩ rằng "cầu cho tôi đạt đạo Bồ-đề" hay "tôi sẽ tu tập cho đến khi thành tựu quả Phật vì lợi ích chúng sinh" là đủ. Dĩ nhiên, đây không phải là một tâm Bồ-đề với đầy đủ phẩm chất, nhưng vẫn là một phương cách để nuôi dưỡng tâm Bồ-đề. Tuy nhiên, khi bạn phát tâm mong cầu có thệ nguyện thì bạn không chỉ khao khát đạt đến giác ngộ vì lợi ích của chúng sinh, mà bạn còn phải có đủ sự dũng mãnh để nghĩ rằng: "Khi đã phát khởi tâm nguyện này rồi, tôi sẽ mãi mãi không bao giờ từ bỏ." Đây là phương thức duy trì tâm Bồ-đề bằng nguyện lực.

Trong dịp này, các bạn có thể phát tâm Bồ-đề với thệ nguyện. Dù vậy, mọi người không hoàn toàn giống nhau, một số người có thể do dự khi phát tâm Bồ-đề với thệ nguyện vì nghĩ rằng mình sẽ không đủ sức tu tập các pháp môn. [Nếu vậy thì] bạn có thể phát tâm đơn thuần thôi.

Việc phát tâm này được thực hiện bằng cách trước tiên là cầu nguyện, tích lũy công đức, thọ quy y và thực hành các công hạnh đặc biệt. Sau đó mới đến việc thực sự phát tâm.

Để thực hiện được điều này, trong Trang nghiêm bảo luận dạy rằng: "Vị thầy chỉ dạy cho các đệ tử thấy được những điểm tai hại trong sinh tử luân hồi

Generating the mind of enlightenment

So, what is aspiration with commitment? There is a difference between just generating the aspirational mind and receiving the aspirational mind with commitment. When you generate the aspirational mind alone, it is enough simply to wish 'may I attain Buddhahood' or 'I will practise until I attain Buddhahood for the sake of sentient beings.' Of course, this is not a fully qualified aspirational mind to enlightenment, but it is one way of cultivating the aspirational mind to enlightenment. However, when you generate the aspirational mind with commitment, not only wishing to attain enlightenment for the sake of sentient beings, you must also have the courage to think, 'I will never, ever give up this mind that I have generated.' This is the way to keep the aspirational mind with commitment.

On this occasion, you will be able to generate the aspirational mind with commitment. Still, there are different kinds of person and some people might hesitate to take the aspirational mind with commitment, thinking, 'I will not be able to practise the trainings' - you can generate the aspirational mind alone.

This is done by first making the supplication, accumulating merit, taking refuge and performing the special deeds. After that comes the actual generation of the mind.

To do this, the text reads, 'the teacher gives the disciples instructions about the disadvantages of the cycle of existence, and generating compas-

và phát khởi lòng từ bi đối với mọi chúng sinh hữu tình, tin tưởng nơi Đức Phật và Tam bảo cũng như tôn kính những bậc thầy tâm linh." Theo lời dạy này thì những gì mà tôi vừa giải thích trên hẳn đã đầy đủ. Hãy lặp lại theo tôi những lời cầu nguyện sau:

"Kính lạy thầy, xin hãy rủ lòng thương tưởng đến con! Giống như trong quá khứ chư Như Lai, các vị La Hán, chư Phật giác ngộ viên mãn và các vị Bồ Tát thiêng liêng cao quý đều đã phát khởi tâm Bồ-đề viên mãn và tối thượng; cũng vậy, kính lạy thầy, xin rủ lòng lân mẫn giúp con [điền tên bạn vào] phát tâm đại Bồ-đề viên mãn."

Kế đến chúng ta phải tích lũy công đức. Đối với một số truyền thống, việc thực hành tích lũy công đức chỉ được thực hiện bằng cách lễ bái và cúng dường, không có phần sám hối. Nhưng trong dịp này chúng ta sẽ thực hành toàn bộ nghi thức gồm bảy phần. Tôi không cho là có bất cứ sai lầm nào trong việc thực hành nghi thức có nhiều phần hơn. Jigten Gonpo cũng có đề cập đến "pháp thiền định của tôi, bảy phần thực hành", và "những thành tựu của bảy phần thực hành". Vì vậy tôi cho rằng việc đọc tụng toàn bộ nghi thức kéo dài gồm bảy phần thực hành này là rất tốt. Chúng ta sẽ thực hiện nghi thức theo Bài nguyện Phổ Hiền.

Bạn hãy quán tưởng chư Phật và các vị Đại Bồ Tát đang hiện hữu trong khoảng không gian ngay trước bạn. Đối tượng chính của chúng ta là hình

Generating the mind of enlightenment

sion for sentient beings, faith in the Buddha and the Three Jewels, and paying respect to the spiritual master.' Regarding this the explanation that I gave earlier should suffice. Repeat the following prayers after me:

"0 Teacher, kindly pay heed to me. Just as in the past the tathagatas, arhats, the completely and perfectly enlightened Buddhas and the great and spiritually exalted Bodhisattvas have initially generated the mind of unsurpassed, perfect and complete enlightenment. Similarly, 0 Teacher, kindly help me [insert your name] to generate the mind of perfect and complete great enlightenment."

Next, we have to accumulate merit. In some traditions the practice of accumulating merit is done only by making prostrations and offerings, without making confession. But on this occasion we will do the whole seven branch practice. I do not think there will be any fault in doing more practice. Jigten Gonpo also spoke about "my yoga, the seven branch practice" and "attainments of the seven branch practice". So I think it would be good to recite here the full length ritual of the seven branch practice. We will do it according to the Arya Samantabhadra Prayer.

You should visualize the Buddhas and their children in the space before you. As our main ob-

tượng đức Phật Thích-ca Mâu-ni trong điện thờ này. Bạn hãy quán tưởng đó không chỉ là một hình tượng, mà chính là Đức Phật thật sự. Trong khoảng không gian phía trước, bạn cũng quán tưởng chư Phật và các vị Bồ Tát trong mười phương. Quanh bạn là chư vị hộ pháp khắp bốn hướng. Hãy nghĩ rằng các vị đang che chở và bảo vệ bạn chống lại những chướng ngại nội tâm và ngoại cảnh ngăn cản bạn phát tâm Bồ-đề. Hãy quán tưởng xung quanh bạn là tất cả các chúng sinh đã từng là mẹ bạn, trong hình thể con người, hiện đang chịu đựng những khổ đau khác biệt nhau của chúng sinh trong sáu cảnh giới. Hãy phát khởi tình yêu thương và tâm từ bi đối với họ. Phát khởi đức tin vào các Đấng Chiến thắng gợi lên sự khao khát chân thành muốn đạt được những phẩm chất của chư Phật cũng như lòng tin thanh tịnh đối với các ngài. Dựa trên nền tảng những điều này, bạn hãy suy nghĩ rằng:

"Tôi phải đạt được sự giác ngộ viên mãn tối thượng vì lợi ích của hết thảy vô số chúng sinh đã từng là mẹ tôi."

Nền tảng để đạt được trạng thái giác ngộ viên mãn như thế chính là sự phát khởi tâm Bồ-đề quý báu.

Tiếp theo, bạn nên nghĩ rằng:

"Hôm nay, trước các Đấng Chiến Thắng và chư vị truyền thừa, tôi sẽ phát tâm Bồ-đề viên mãn tối thượng."

Vì mục đích đó, trước hết hãy lễ bái (1), cúng dường (2) và sám hối mọi nghiệp chướng (3), tùy hỷ

Generating the mind of enlightenment

ject we have the image of Shakyamuni Buddha in this temple. You should imagine that it is not just an image but the real Buddha. In the space before you also visualize the Buddhas and Bodhisattvas of the ten directions. Around you are the protectors of the four directions. Think of them as protecting you against external and internal obstacles to your generating the mind of enlightenment. Imagine that you are surrounded by all mother sentient beings, in the form of human beings, who are experiencing the specific sufferings of the beings of all six realms. Generate love and compassion for them. Generate faith in the Conquerors aspiring faith wishing to gain the qualities of the Buddhas, as well as pure trust in them. On the basis of this you should think:

"I must attain the unsurpassed complete enlightenment for the sake of all the innumerable mother sentient beings."

The foundation for attaining such a state of complete and perfect enlightenment is generation of the precious mind of enlightenment.

Then you should think:

"Today, before the Conquerors. And their offspring I will generate the mind of the supreme complete enlightenment."

For that purpose, first make prostration, offerings and confess you misdeeds, rejoice in the vir-

với mọi việc lành của chính mình và người khác (4), thỉnh cầu [chư Phật] chuyển Pháp luân (5), thỉnh cầu chư Phật đừng nhập Niết-bàn (6), và sau cùng đọc tụng bài hồi hướng [công đức cho tất cả chúng sinh] (7).

Khi bạn tụng đọc những lời nguyện này hãy quán chiếu ý nghĩa của nó trong tâm. Vì việc thực hiện nghi thức bảy phần này là phương tiện giúp chúng ta tích lũy [công đức], tịnh hóa [nghiệp chướng] và phát triển [tâm Bồ-đề], nên ngay từ lúc lễ bái chư Phật và các vị Bồ Tát, chúng ta nên cầu nguyện với một động cơ như vậy.

Rồi đọc các lời phát nguyện hành trì. Những thực hành này liên quan đến việc tạo ra công đức, được tiếp nối với nghi thức quy y, nhưng vì không được đề cập cụ thể trong bản văn Trang nghiêm bảo luận này, nên chúng ta có thể trích sử dụng phần nội dung từ các kinh văn khác. Xin lặp lại theo tôi những dòng sau đây về việc quy y. Kinh Hoa Nghiêm nói rằng:

"Thâm nhập, thọ nhận, chứng ngộ và siêu việt."

Câu này đề cập đến đặc điểm thâm nhập hoàn toàn vào nghi thức thực hành với đối tượng là tất cả chúng sinh, đặc điểm thọ nhận quả vị Phật như một mục đích phải đạt được, đặc điểm nhận thức giác ngộ và đặc điểm siêu việt so với sự quy y của hàng Thanh văn và Duyên giác. Dòng trích từ kinh Hoa Nghiêm này đề cập đến những đặc trưng của phương thức quy y phi thường theo Đại thừa.

Generating the mind of enlightenment

tue of yourself and others, request the turning of the Wheel of Dharma, request the Buddhas not to enter into nirvana, and finally recite the dedication.

As you recite these prayers reflect on their meaning within your mind. Since we are to accumulate, purify and develop by means of this ritual of the seven branch practice, right from making prostration to the Buddhas and the Bodhisattvas, we should pray with such a motivation.

Then recite the Prayers of Go and Conduct. These practices are concerned with creating merit. They are followed by taking refuge, but as it is not specifically referred to in this text, we can take the words from other texts. Please repeat these lines for taking refuge. The Ornament of Sutras says:

"Thoroughly engaging, accepting, realizing and prevailing."

This refers to the specialty of thoroughly engaging in a practice with all sentient beings as the object, the specialty of accepting Buddhahood as the goal to be attained, the specialty of realizing enlightenment and the specialty of prevailing over the refuge of the Hearers and Solitary Realisers. This line from the Ornament of Sutras refers to the specialty of the uncommon Mahayana way of taking refuge.

Tóm lại, đối tượng mà chúng ta quy y chính là Đức Phật, Đấng Thiện Thệ; Chánh Pháp là giáo pháp Đại thừa và những người đồng tu là Tăng đoàn Đại thừa cao quý. Mục đích của việc quy y không chỉ là mong nuốn giải thoát cho bản thân mình khỏi mọi nỗi lo sợ, mà là mong muốn giải thoát cho tất cả mọi chúng sinh hữu tình đã từng là mẹ ta thoát khỏi những khổ đau và nguyên nhân gây ra khổ đau. Việc chú tâm vào mục đích như trên và phát khởi thệ nguyện "Tôi phải đạt được quả vị toàn giác của Đấng Chiến Thắng" được gọi là cách thức quy y phi thường theo Đại thừa.

Nói chung, khi quy y chúng ta cũng bao gồm cả các vị Thanh Văn và Duyên Giác trong đối tượng quy y, nhưng ở đây chúng ta tập trung chủ yếu đến chư Bồ Tát Đại thừa và Tăng đoàn Đại thừa tôn quý. Trong lúc quán tưởng rằng chư Phật và Bồ Tát đang thực sự hiện hữu trước bạn và quanh bạn là tất cả chúng sinh hữu tình, hãy lặp lại theo tôi những lời này ba lần:

"Kính lạy Chư Phật, chư Bồ Tát mười phương, xin lắng nghe con.

"Kính lạy thầy, xin lắng nghe con.

"Con tên là [điền tên của bạn], từ nay cho đến khi đạt được tinh yếu của tâm thức giác ngộ, con xin quy y bậc Nhân trung tối thắng, Phật, Thế Tôn; quy y Chánh pháp tối thắng, pháp của an lạc, dứt trừ

Generating the mind of enlightenment

In short, the object we take refuge in is the Buddha, the One Gone to Bliss, the Dharma is the Mahayana doctrine, and the friends are the exalted Mahayana community. The purpose of taking refuge is not just a wish for personal liberation from fear, but a wish to liberate all mother sentient beings from sufferings and their causes. Focusing on such a purpose and making the wish: "I must attain the state of an omniscient Conqueror', is called the uncommon Mahayana way of taking refuge.

Generally when we take refuge, we also include the exalted Solitary Buddhas and Hearers among the object of refuge, but here we principally focus on the exalted Mahayana Bodhisattvas and the supreme Mahayana sangha community. Thinking that the Buddhas and their children actually exist before you and that you are surrounded by all sentient beings, repeat these words, three times, after me.

"0 Buddhas and Bodhisattvas of the ten directions please listen to me.

"0 teacher please listen to me.

"I by the name of [insert your name] from now until I attain the essence of the mind of enlightenment, I take refuge in the supreme human being, the Supramundane Victor, the Buddha, the supreme Dharma, the Dharma of peace, the state

mọi tham ái; và quy y Tăng đoàn tối thắng, những bậc không bao giờ còn quay lại sinh tử."

Bây giờ là phần thực hành chính, phương cách thực sự để phát tâm Bồ-đề. Như tôi đã đề cập, có hai cách phát tâm Bồ-đề. Một là phát khởi ý niệm "Mong sao tôi sẽ đạt được Phật quả vì lợi ích của chúng sinh", tức là phương pháp phát tâm đơn thuần; và phương pháp thứ hai là phát tâm cùng với thệ nguyện, rằng: "Tôi sẽ không bao giờ thối chuyển tâm Bồ-đề này." Bạn chỉ nên phát tâm như vậy nếu bạn nghĩ rằng mình có thể thực hành và duy trì sự tu tập.

Những pháp tu tập nào liên quan đến việc phát tâm Bồ-đề? Nếu tôi tóm lược những điểm được giảng giải trong bản văn Bảo trang nghiêm luận này thì bạn sẽ hiểu được có bốn thực hành đạo đức, chính là bốn nguyên nhân giúp chúng ta không thối thất tâm Bồ-đề trong đời này và đời sau, và bốn yếu tố phi đạo đức góp phần vào việc hủy hoại tâm Bồ-đề.

Bốn yếu tố bảo vệ tâm Bồ-đề khỏi sự thối thất là: (1) thường xuyên tưởng nhớ đến những lợi ích của việc phát tâm Bồ-đề để phát triển nhiệt tâm trong việc nuôi dưỡng tâm Bồ-đề. (2) Phát tâm ba lần trong ngày và ba lần vào ban đêm để thực sự thúc đẩy sự phát tâm. Để đạt mục đích này chúng ta hãy thường xuyên lặp lại bài kệ sau đây:

Generating the mind of enlightenment

of having eliminated desire, and the supreme assembly, the never returning Sangha community.'

Now comes the actual practice, the actual way to generate the mind of enlightenment. As I mentioned before there are two ways of generating the mind of enlightenment: to think, 'May I attain Buddhahood for the sake of sentient beings,' which is the aspirational method, and the aspirational way of generating the mind of enlightenment with commitment, thinking, 'I will never give up the mind that I have generated.' You should do this if you think you can practice and observe the trainings.

What are the trainings associated with the aspirational mind? If I summarize the points explained in this text you will understand the four virtuous practices, which are the four causes assisting us not to allow the mind to degenerate in this life or the next life and the four non-virtuous factors contributing to the degeneration of the mind of enlightenment.

The four factors protecting the mind of enlightenment from degeneration are: (1) Repeatedly recalling the benefits of generating the mind to develop enthusiasm in cultivating it; (2) Generating the mind three times during the day and three times at night to actually promote the mind generation. It is for this purpose that we repeatedly recite the verse:

Con nguyện quy y Phật, Pháp và Tăng-già,
Từ nay cho đến khi chứng ngộ.

Nhờ công đức bố thí và các công hạnh khác, Nguyện cho con đạt đến quả Phật để làm lợi ích tất cả chúng sinh.

Nhờ việc đọc lại những câu kệ này, chúng ta sẽ liên tục lặp lại sự phát khởi tâm Bồ-đề và thường xuyên tự nhắc nhở về tâm thức mà chúng ta đã gieo trồng trước đó.

(3) Điều quan trọng nhất trong bốn yếu tố này là chúng ta không được từ bỏ những chúng sinh mà ta đã phát khởi tâm Bồ-đề vì họ. Khi ta nghĩ đến việc làm một điều gì cho hết thảy chúng sinh, chúng ta nghĩ đến tất cả, không bỏ sót bất cứ chúng sinh nào.

Sau khi đã phát tâm hướng về tất cả chúng sinh, điều rất có thể xảy ra là vào một ngày nào đó khi phải đối mặt với những tình huống không may đột nhiên xảy đến, bạn có thể nghĩ: "Mình không thể làm bất cứ điều gì cho gã này; cầu cho điều gì đó tệ hại xảy đến cho bọn chúng..." Vậy là ước nguyện giúp đỡ tất cả chúng sinh của bạn sẽ bị tiêu tan. Tâm Bồ-đề hướng đến mọi chúng sinh sẽ thối thất. Nếu bạn từ bỏ chỉ một chúng sinh thì ước nguyện giúp đỡ tất cả chúng sinh sẽ không thành, vì bạn đã không giữ lời hứa với tất cả chúng sinh. Vì vậy, điều rất quan trọng là không được từ bỏ dù chỉ một chúng sinh mà bạn đã phát tâm Bồ-đề vì lợi lạc cho họ.

Generating the mind of enlightenment

> I go for refuge until enlightenment
> To the Buddha, the Dharma and the Supreme Community.
> Through the virtue of giving and so forth,
> May I attain Buddhahood to benefit all sentient beings.

Through the recitation of such verses we should generate the mind of enlightenment again and again and remind ourselves constantly of the mind we had cultivated earlier.

(3) Most important of all, we should not abandon sentient beings for whose sake we have generated the mind of enlightenment. When we think about doing something for all sentient beings, we include them all, no one is left out.

After having generated a mind that takes everyone into account, it is possible that one day, in the face of sudden unfortunate circumstances, you might think, 'I cannot do anything for this person, may something bad happen to them.' Then your wish to help all sentient beings will be shattered. Your mind of enlightenment in relation to all sentient beings will decline. If you abandon one sentient being, your aspiration to help all sentient beings is broken, because you did not keep your promise to all sentient beings. Thus, it is very important not to abandon even one sentient being, for whose sake you have generated the mind of enlightenment.

Thỉnh thoảng bạn có thể nổi giận và rơi vào một cuộc xô xát, nhưng bạn không được giữ mãi ý tưởng xấu trong thâm tâm và nghĩ rằng: "Hãy đợi đấy, một ngày nào đó tao sẽ cho mày biết tay.' Một động lực như thế là hoàn toàn sai trái. Nếu bạn cứ bám lấy một ý nghĩ như thế thì tâm Bồ-đề mà bạn đã phát khởi sẽ thối thất. Bạn có thể thực hành theo cách này: Bạn không nên từ bỏ tâm từ bi sâu xa ngay cả với kẻ thù đáng nguyền rủa và không nên đánh mất lòng yêu thương đối với người đó.

Nhất thời bạn có thể hành động chống lại những hành vi sai trái của người khác. Điều này được cho phép trong sự tu tập của một vị Bồ Tát. Chúng ta thấy trong số 44 lỗi lầm của việc thực hành tâm hạnh Bồ Tát có việc không đánh giá đúng để ngăn chặn kịp thời những hành vi sai trái.

Như vậy, việc chân thành không từ bỏ những chúng sinh mà bạn đã phát tâm Bồ-đề vì họ là thực hành công đức thứ 3.

(4) Yếu tố kế tiếp là việc tích lũy hai nhóm [công đức: phương tiện và trí huệ].

Đây là bốn nguyên nhân giúp chúng ta không thối thất tâm Bồ-đề trong kiếp này.

Để tâm Bồ-đề không thối thất trong các kiếp sống tương lai, chúng ta cần hiểu rõ bốn cách hành xử tai hại góp phần làm thối thất tâm Bồ-đề và bốn

Generating the mind of enlightenment

Sometimes you may get angry get into a fight, but you cannot maintain a malicious thought deep within you, thinking, 'Just wait, I'll get you one day.' Such motivation is absolutely improper. If you cling to such a thought, the mind of enlightenment you have generated will decline. You can practise in this way. You should not abandon your compassion deep down, even in relation to your sworn enemy, and you should not relinquish your love for him or her.

Temporarily you can take action against other people's wrong doings, as is permitted in the trainings of a Bodhisattva. We find in the 44 faults of a Bodhisattva's practice, that if you do not take appropriate measures to contain the wrong doing it is an infraction or fault.

So, not to give up the sentient beings for whom you have generated the mind, from the depth of the heart, is the third virtuous practice.

(4) The next is accumulating the two collections.

These are the four causes helping us not to let the mind of enlightenment decline in this life.

In order not to let the mind decline in future lives, we should understand the four unwholesome practices contributing to the degeneration of the mind of enlightenment and the four virtuous

việc thiện giúp phát triển tâm Bồ-đề. Ở đây tôi sẽ không giải thích chi tiết về bốn việc làm có hại như là lừa dối các vị Lạt-ma và thầy trú trì bằng cách nói dối... Nói thật ngắn gọn, nếu bạn thực hành bốn việc thiện bạn sẽ không bị ảnh hưởng bởi bốn điều bất thiện kia. Nói tóm lược thì bốn việc thiện đó là:

1) Không được nói dối, dù phải trả giá bằng mạng sống của bạn. Dĩ nhiên, đôi khi có những trường hợp bạn buộc phải nói dối vì bảo vệ Chánh pháp hay những chúng sinh đang gặp phải vấn đề nghiêm trọng nào đó. Nhưng bạn phải từ bỏ việc nói dối không có mục đích hay có hại.

2) Không được lừa lọc. Phải thật thà, không thiên vị và luôn có ý thức trách nhiệm cao.

3) Tán dương tâm Bồ-đề bằng việc ghi nhớ những phẩm tính của nó và không bao giờ nói xấu nó. Nếu bạn thực hành đúng theo lời dạy này "Nói chung thì bạn phải luôn nghĩ về lòng tốt của tất cả chúng sinh; và đặc biệt là phải rèn luyện duy trì một thái độ trong sáng đối với tất cả những người sơ học" thì sai lầm này sẽ không thể xảy ra.

4) Giúp người khác duy trì việc tu tập đạt đến giác ngộ hoàn toàn. Việc làm cho người khác phải hối tiếc về những hành vi tốt đẹp mà họ đã thực hiện được gọi là bất thiện. Cách đối trị vấn đề này là bất cứ khi nào có thể, hãy giúp người khác tiến gần hơn đến sự giác ngộ hoàn toàn. "Người khác" ở đây có

Generating the mind of enlightenment

practices contributing to its development. I will not explain the four misdeeds like deceiving lamas and abbots by telling lies, in detail here. In short, if you practise the four virtuous qualities you will not be affected by the four non-virtues. To summarize, the four virtuous practices are:

1) Not to tell lies even at the cost of your life. Of course sometimes there are situations when you may have to tell lies for the sake of the Dharma or sentient beings in connection with some important issue. But you have to give up telling lies that are without purpose or harmful.

2) Not to be deceitful, to be honest and impartial, with a strong sense of responsibility.

3) To praise the mind of enlightenment by remembering its qualities and never to speak badly of it. If you practise according to the saying, "Generally you have to think of the kindness of all embodied ones. In particular train in maintaining a pure attitude towards all practitioners," this fault will not occur.

4) Helping others hold on to the practice of complete enlightenment. Making others regret the good actions they have done is called black Dharma. The antidote to this is to bring others closer to attaining complete enlightenment, whenever you

nghĩa là tất cả mọi người, không chỉ riêng những ai thân thiết gần gũi với bạn.

Những thực hành này được gọi là bốn thiện pháp. Khi bạn thực hành bốn thiện pháp này, bạn sẽ tránh được sự nhiễm ô của bốn pháp bất thiện. Và nếu bạn tin rằng mình có thể tuân thủ những chỉ dẫn này thì nên nghĩ rằng bạn sẽ không chỉ phát tâm Bồ-đề mà còn sẽ không bao giờ từ bỏ nhờ vào sự chú tâm đến nó. Nếu [có những lúc] bạn không thể duy trì được tâm Bồ-đề, trước tiên hãy nghĩ: "Tôi nguyện đạt được sự giác ngộ viên mãn tối thượng vì lợi ích của tất cả chúng sinh; và tôi quyết sẽ đạt được." Chỉ như thế là đủ!

Những ai mong muốn phát tâm Bồ-đề xin hãy quỳ lên gối phải, trừ ai đang bị đau chân hoặc không được khỏe. Như đã đề cập ở trên, với đức tin vững vàng, hãy quán tưởng đức Phật đang ở ngay trước các bạn, và với tâm từ bi hãy quán tưởng tất cả chúng sinh vây quanh bạn. Với quyết tâm đạt đến sự giác ngộ viên mãn tối thượng vì tất cả chúng sinh, hãy lặp lại theo tôi những lời cầu nguyện phát tâm Bồ-đề như sau:

"Kính lạy Chư Phật và chư Bồ Tát mười phương, xin lắng nghe con!

"Kính lạy thầy, xin lắng nghe con!

"Con tên là [điền tên bạn vào], trong đời này và nhiều đời khác đã gieo cấy được những hạt giống

Generating the mind of enlightenment

can. This means anyone, not only those who are near and dear to you.

These are called the four white Dharmas. When you practise the four white Dharmas you will avoid the stains of the four black Dharmas. And if you think that you can observe these instructions, you should think that not only will you generate the mind of enlightenment, but by focusing on this mind you will never abandon it. If you cannot maintain this mind, first think, 'may I attain unsurpassable complete enlightenment for the sake of sentient beings; and I will attain it.' That will be enough.

Those who want to generate the mind of enlightenment please kneel on your right knee, except for those of you whose legs are stiff or who are unwell. As I said before, with strong faith visualize the Buddha in front of you and with compassion visualize all sentient beings around you. With a strong determination to attain unsurpassable, complete enlightenment for all sentient beings, repeat the words for generating the mind of enlightenment after me.

"0 Buddhas and Bodhisattvas of the ten directions please listen to me,

"0 teacher please listen to me.

"I by the name... [insert your name] have in this and other lives planted seeds of virtue through my

lành nhờ vào sự thực hành bố thí, trì giới, kiên trì hạnh nguyện và các hạnh lành khác. Thêm vào đó là việc khuyến khích người khác làm lành và tùy hỷ với việc lành của họ. Con nguyện cho tất cả những hạnh lành căn bản này sẽ là nguyên nhân nuôi dưỡng tâm Bồ-đề, cũng giống như trong quá khứ các Đấng Thiện Thệ, các vị La Hán, chư Phật giác ngộ viên mãn, và các vị Đại Bồ Tát ở các địa cao nhất đã từng phát tâm Bồ-đề.

"Con tên là ... ... , từ nay cho đến khi đạt được tinh yếu của đạo Bồ-đề, để giải thoát cho những chúng sinh chưa được giải thoát, che chở cho những ai không được che chở, mang hơi thở đến cho những ai không còn thở, và để những ai chưa hoàn toàn thoát khỏi khổ đau sẽ nuôi dưỡng tâm Bồ-đề để đạt đến sự giác ngộ tối thượng viên mãn."

Đây là lần tụng đọc đầu tiên.

Trong lần tụng đọc thứ hai, cũng như trước đây, bạn phải quán tưởng tại nơi chúng ta đang phát tâm Bồ-đề này có đủ chư Phật và Bồ Tát mười phương, sáu Bảo trang và hai Đấng siêu việt ở Ấn Độ, tám vị Đại Thành Tựu và bảy tổ dòng truyền thừa từ đức Phật Thích-ca đều đang thực sự hiện diện. Cũng vậy, từ Tây Tạng (Xứ Tuyết) hãy quán tưởng sự hiện diện tại đây của hai mươi lăm vị đệ tử đạo sư Guru Rinpoche, tám bậc trì minh trong số những bậc thầy đầu tiên của dòng Nyingma [Ninh Mã]; năm vị tổ của dòng Sakya [Tát-ca]; các vị Lama thuộc truyền thống Đạo Quả; ba vị sáng lập phái Kagyu [Ca-nhĩ-

Generating the mind of enlightenment

own practice of generosity, ethics, keeping the vows and other virtues. Likewise, by asking others to do practice and rejoicing at their practice. May these root virtues become a cause to cultivate the mind of enlightenment just as in the past the Sugatas, the Arhats, the perfectly, fully enlightened Buddhas, the great Bodhisattvas seated on the highest ground have generated the mind of enlightenment.

"I by the name ... from now until the attainment of the essence of Buddhahood, in order to liberate those sentient beings who are not liberated, deliver those who are not delivered, give breath to the breathless, and those who have not fully gone beyond suffering will cultivate the aspiration to attain the unsurpassable, perfect and complete enlightenment."

This is the first recitation.

At the second recitation, as before you must think that at this place where we are developing the mind of enlightenment the Buddhas and their children of the ten directions, the six ornaments and the two supremes of India, the eight great adepts and the seven lineage holders of the Buddha are actually present. Likewise, from the Land of Snow, visualize the presence here of the twenty-five disciples of Guru Rinpoche, the eight knowledge holders among the early Nyingma masters; the five patriarchs of the Sakya, the Lamas

cư] là Marpa, Milarepa và Gampopa; ba anh em nhà Khampa và Kyobpa Jigten Gonpo trong số các vị Lama dòng Kagyu; Jowo Je, Ngok và Drom thuộc giai đoạn ban đầu của dòng Kadam [Ca-đương], cùng với vị đại Lama Tsongkhapa (Tông-khách-ba), vị cha lành và các đệ tử của ngài, những vị Lama thuộc phái Tân Kadam.

Hãy nghĩ rằng hiện diện nơi đây còn có những vị Lama và chư Bồ Tát của cả bốn truyền thống Tây Tạng, là những vị đã nuôi dưỡng tâm Bồ-đề, thực hành Chánh pháp và truyền lại cho thế hệ chúng ta những tác phẩm tuyệt vời. Hãy quán tưởng những bậc vĩ nhân này đang ở trước bạn và chứng minh việc bạn thọ nhận giới luật để phát tâm Bồ-đề.

Chung quanh ta là những chúng sinh đã từng là mẹ ta, từ vô thủy đến nay vốn luôn tử tế. Họ khát khao hạnh phúc nhưng luôn đánh mất hạnh phúc, họ không mong muốn khổ đau nhưng luôn chìm trong đau khổ. Cũng giống như bạn, tất cả những chúng sinh ấy đều khao khát hạnh phúc và không mong muốn khổ đau, trong ý nghĩa này thì tất cả chúng ta đều như nhau. Tất cả chúng ta đều bình đẳng trong quyền mưu cầu hạnh phúc và loại trừ khổ đau. Chúng ta cũng bình đẳng trong việc sẵn có tánh Phật. Vì thế, bạn phải nghĩ rằng có được thân người quý báu này và gặp được Phật pháp là điều rất hiếm có. Đặc biệt là cả Kinh điển và Mật điển đều hiện hữu và bạn đã gặp được những bậc thầy

Generating the mind of enlightenment

of the Path and Fruit tradition; the three founders of the Kagyu, Marpa, Milarepa and Gampopa; the three Khampa brothers and Kyobpa Jigten Gonpo among the Kagyu lamas; and Jowo Je, Ngok and Drom of the early Kadam; likewise the great lama Tsongkhapa, the father and his sons, and the lamas of the new Kadampa.

Think that the lamas and Bodhisattvas of all four traditions of Tibet who have cultivated the mind of enlightenment, practised the Dharma and bequeathed us their wonderful works are present. These great beings should be visualized before you bearing witness to your taking the precepts for generating the mind of enlightenment.

We are surrounded by all mother sentient beings, who have been kind over beginningless time. They desire happiness but are deprived of it, they do not want suffering, but they are immersed in it. All of them like yourself desire happiness and do not want suffering, in this way we are all the same. We are also equal in having the right to have happiness and remove suffering. We are also the same in possessing the Buddha essence within our minds. So, you should think that you have found something very rare when you attained this precious human life and met with the doctrine of the Buddha. In particular, both doctrines of sutra and tantra are present and you have met with

Đại thừa. Vì vậy, bạn hãy nghĩ rằng: "Tôi phải nắm lấy cơ hội này và nhanh chóng đạt đến Chánh đẳng Chánh giác vì lợi ích của hết thảy vô số chúng sinh." Bằng sự phát khởi quyết tâm dũng mãnh như vậy, bạn hãy nghĩ: "Tôi sẽ phát tâm Bồ-đề" và lặp lại [phần phát nguyện] như trước.

Trong lần tụng đọc thứ ba, bạn nên suy ngẫm rằng sự vị kỷ giống như một rễ cây độc [gây hại]. Trong khi đó sự quan tâm đến người khác giống như một rễ cây thuốc và là cội nguồn của đức hạnh.

Ngay lúc này đây, chúng ta đã được sinh ra làm người và có khả năng phân biệt đúng sai, tốt xấu. Chúng ta đã gặp được những bạn đồng tu, có cơ hội để học hỏi Phật pháp, và chúng ta cũng có cơ hội để học hỏi những tác phẩm của các học giả và những đại sư ở Ấn Độ và Tây Tạng. Từ những tác phẩm này chúng ta đã học biết được sự khác nhau giữa cái đúng và cái sai. Do đó, chúng ta nhất thiết phải phân biệt được mọi điều đúng sai.

Chúng ta phân biệt đúng sai như thế nào? Tất cả chúng ta đều mong muốn tránh được khổ đau. Cội nguồn của khổ đau chính là sự ích kỷ, vì vậy chúng ta phải từ bỏ nó. Tất cả chúng ta đều ưa thích hạnh phúc và cội nguồn của hạnh phúc chính là sự quan tâm đến người khác. Chính vì thế chúng ta phải khơi dậy một thái độ quan tâm đến người khác và phát

masters of the Mahayana. Therefore, think, 'I must seize this opportunity and before long attain the state of an omniscient conqueror for the benefit of all countless sentient beings.' By generating such a courageous resolve you should think "I will cultivate this mind" and repeat as before.

At the third recitation, you should reflect that selfcenteredness is like a poisonous root, while consideration for others is like a medicinal root and the source of the collection of virtue.

Right now, we have attained life as a human being and are able to distinguish between good and bad, right and wrong. We have met with spiritual friends and had the chance to study the Buddha's teachings and we have had the opportunity to study the excellent works of the scholars and adepts of India and Tibet. From these we have learned the difference between right and wrong, therefore we must be able to distinguish between right and wrong.

How do we distinguish between right and wrong? We all want not to meet with suffering. The root of suffering is self-centeredness, so we must give it up. We all cherish happiness and the root of happiness is having concern for others. So, we must generate a considerate attitude towards oth-

triển hơn nữa bất cứ sự quan tâm nào đã có. Hơn thế nữa, chúng ta còn phải duy trì cho được điều này mãi mãi.

Nếu bạn hỏi rằng tâm dũng mãnh hoàn hảo với sự hết lòng quan tâm đến lợi ích của người khác là gì? Đó chính là ý tưởng yêu thương chăm lo cho mọi người, là tâm Bồ-đề vị tha. Nếu bạn còn thắc mắc làm thế nào mà chư Phật tôn quý và các vị Đại Bồ Tát mà chúng ta hiện đang quán tưởng như đối tượng của sự quy y đã phụng sự hết sức lớn lao cho chúng sinh và Chánh pháp; thì đó không phải vì các ngài có thể xác khỏe mạnh cường tráng, như Jetsun Mila chẳng hạn, rất yếu đuối về mặt thể chất. Các ngài làm được như thế không phải nhờ vào thể xác, cũng không do nơi sự đông đảo hay giàu có, mà chỉ nhờ vào trí tuệ của các ngài. Sự khác biệt ở đây chính là ý tưởng thanh tịnh thuần khiết luôn mang lại lợi lạc cho người khác.

Đức Phật là toàn hảo và có đủ mọi đức tính, được trang nghiêm bởi ba mươi hai tướng tốt và tám mươi vẻ đẹp, vì Ngài đã phát tâm từ bi. Trong tác phẩm Thích lượng luận (Pramāṇavārttika), ngài **Dharmakīrti** [Pháp Xứng] có nói:

"Nhân chính yếu đưa tới sự giác ngộ là liên tục thực hành tâm từ bi."

Tương tự, trong bài kệ quy kính đầu tiên của Tập lượng luận, ngài **Dignāga** [Trần-na] có nói rằng, sở dĩ đức Phật trở thành một bậc đáng tôn kính là vì

ers and increase whatever consideration we have already generated. What is more we have to keep on doing this right up to the very end.

If you ask, what is that perfect courage possessing firm resolution that shows concern for others' welfare? It is the thought that cherishes others, the altruistic mind of enlightenment. If you also ask how the precious Buddhas and their offspring, who we presently visualize as our objects of refuge, did great service to sentient beings and the Buddha dharma. It is not that they have huge strong bodies. Jetsun Mila, for example, was physically weak. It is not because of their bodies, nor because of their troops, nor because of their wealth, it is only because of their wisdom. The difference is the pure thought which benefits others.

The Buddha is faultless, possesses all qualities, and is adorned by the 32 major and 80 minor marks, because he had generated compassion. Dharmakirti's Commentary to the Compendium of the Valid Cognition (Pramanavartika) says:

"The main causal factor leading to enlightenment is the repeated practice of compassion."

Likewise, in the first verse of homage in the Compendium of Valid Cognition, Dignaga mentions that the Buddha became a valid person be-

Ngài có tâm nguyện làm lợi lạc cho mọi chúng sinh hữu tình. Việc thực hành từ bi dẫn tới thực hành trí huệ nhận hiểu tính Không và cuối cùng dẫn đến sự thành tựu quả Phật.

Vì ý tưởng làm lợi cho người khác là cội nguồn của toàn bộ các công đức, chúng ta nên xem chư Phật, Bồ Tát là những tấm gương và học hỏi từ công hạnh của các ngài. Vậy các ngài hành xử như thế nào? Các ngài không bao giờ có ý định làm tổn hại bất cứ ai. Các ngài luôn duy trì tâm nguyện làm lợi lạc cho người khác và thể hiện bằng hành động giúp đỡ mọi người. Nếu bạn có một tâm nguyện như thế và thực hành cũng theo cách như thế tức là bạn đã trở thành Phật tử. Trong dịp này, khi bạn có đủ trí huệ để tham gia vào hàng ngũ Phật tử và sáng suốt phân biệt được đúng sai thì sẽ có người hướng dẫn cho bạn. Bạn hãy cẩn thận đừng bao giờ cố ý đi đường tắt.

Hôm nay, các bạn đang đứng trước ngã ba đường. Bạn có thể đi lên hoặc đi xuống. Bạn có thể hướng đến hạnh phúc vĩnh cửu hay sự hủy diệt mãi mãi. Hiện nay, sự lựa chọn này vẫn trong tầm tay bạn. Chúng ta nên khát ngưỡng noi gương chư Phật và Bồ Tát. Nói ngắn gọn là từ trong thâm tâm bạn hãy phát khởi tâm Bồ-đề chân thực hướng đến sự giác ngộ viên mãn. Nếu bạn nghĩ rằng mình có thể thực hành được các pháp tu này thì bạn phải quyết tâm không bao giờ từ bỏ tâm Bồ-đề.

Generating the mind of enlightenment

cause he possessed the mind wishing to benefit others. Practice of compassion leads to the practice of wisdom realizing emptiness, which finally leads to the attainment of Buddhahood.

Since the thought of benefiting others is the source of the entire collection of virtue, we should take the Buddhas and their children as our examples and learn from their mode of behaviour. And how do they behave? They never maintain harmful intent towards anyone. They maintain a wish to benefit others and display the conduct of benefiting others. If you have such will and conduct yourself in such a way, you have become a follower of the Buddha. On this occasion, when you have the wisdom to join the line of followers of the Buddha and the wisdom to distinguish between right and wrong, there is someone to guide you. You must be careful never knowingly to leap from the cliff.

Today you are at a crossroads. You can either go up or down. You can either head towards permanent happiness or permanent destruction. At present the option is still in your hands. We should aspire to follow the examples of the Buddhas and the Bodhisattvas. In short, from the bottom of your heart generate a genuine aspiration to attain the unsurpassable state of complete enlightenment. If you think you can practise the trainings, you have to resolve never to abandon this mind.

Hãy lặp lại theo tôi lời nguyện phát tâm Bồ-đề lần thứ ba.

Đến đây chúng ta đã hoàn tất việc phát tâm Bồ-đề. Kế tiếp, chúng ta được dạy là phải tùy hỷ. Chúng ta rất may mắn đã phát khởi được một tâm thức tốt đẹp như vậy, khi những điều kiện nội tâm và ngoại cảnh đều hội đủ. Đừng bao giờ để tâm thức tốt đẹp này thối thất. Khi bạn cố gắng thực hành tâm Bồ-đề, bạn có thể thấy là thật rất khó để làm được một điều gì đó có lợi cho hết thảy chúng sinh hữu tình. Nhưng về mặt tinh thần chúng ta nhất thiết phải có sự dũng mãnh để phụng sự lợi ích của tất cả chúng sinh hữu tình mà hoàn toàn không có chút ác ý đối với bất cứ chúng sinh nào. Bạn nhất định sẽ đạt được điều này nếu bạn cố gắng phát triển tâm dũng mãnh. Không cần thiết phải giảng giải gì thêm về phần giáo pháp mà tôi vừa trình bày.

Bây giờ vừa đúng mười hai giờ, và nơi đây là một địa điểm đặc biệt. Ở Tây Tạng, xứ sở của chúng tôi, Xứ Tuyết, truyền thống Kagyu của chúng tôi có bốn dòng truyền lớn và tám chi phái nhỏ, trong đó dòng Drikung Kagyu gần đây vừa xây dựng xong tu viện mới này. Sau lễ khánh thành, trong hai ngày qua chúng ta đã tạo được một mối liên kết tín ngưỡng với nhau và sự kiện này đã kết thúc một cách tốt đẹp. Tất cả chúng ta phải ghi nhớ kỹ điều này trong tâm. [Tất nhiên] tôi không cần nhắc nhở những ai đã quen thuộc với sự tu tập. Nếu có ai trong các bạn không chú tâm lắm đến sự tu tập thì từ nay các bạn nên thay đổi cách nghĩ của mình.

Generating the mind of enlightenment

Repeat after me the words for generating the mind of enlightenment for the third time.

With this we have finished generating the mind of enlightenment. Next, we are told to rejoice. We are very fortunate to have generated such a good mind, when the external and internal circumstances have come together. Never let this good mind decline. When you try to put it into practice, you may find that it is difficult to do something for all sentient beings. But mentally we must have courage to work for the benefit of all sentient beings without holding ill will towards any of them. You will accomplish this, if you try to increase your courage. There is no need to give any additional explanation of the teachings I have already given.

It is exactly twelve o'clock now. The place is distinguished. In our country, the Land of Snow, our Kagyu Tradition has four major and eight minor divisions, of which the Drikung Kagyu tradition has recently constructed a new institute. After the inauguration, we have created a religious connection with each other over the last couple of days and this has been successfully concluded. We should all keep this well in mind. There is no need for me to tell those who are accustomed to the practice. If some of you are not very attentive to your practice, you should change your colour from now on.

Khi một gia đình trở nên khá giả hơn, họ sẽ cải thiện nhu cầu ăn mặc. Hôm nay chúng ta đã có cơ hội học hỏi được đôi điều về Chánh pháp và đã được dẫn nhập phần nào vào ý nghĩa Chánh pháp. Các bạn nên cải thiện cung cách ứng xử của mình để cho thấy là bạn đã được giàu có hơn về Pháp bảo. Các bạn không nên nói năng thô lỗ, và những ai thường cãi cọ hung hăng thì nên cư xử hiền hòa hơn. Những ai trong các bạn vốn thường hẹp hòi bủn xỉn thì hãy mở rộng bàn tay [ban phát]. Có những con người mà khi vừa mở miệng ra bạn đã nghĩ ngay là họ đang nói dối. Vì vậy hãy cố gắng hạn chế tối đa những lời nói dối và cư xử chân thật. Điều này rất quan trọng.

Nói tóm lại, cho dù bạn không thể làm lợi ích cho người khác thì chí ít cũng đừng làm hại họ. Hãy luôn ghi nhớ điều này. Lời khuyên quan trọng nhất tôi có thể đưa ra cho bạn là hãy gìn giữ một trái tim nhân hậu. Đây chính là phần sinh động nhất của giáo pháp. Dựa trên nền tảng của một trái tim nhân hậu tốt đẹp mà bạn [làm tất cả mọi việc như] học hỏi, cầu nguyện hằng ngày, thực hành các pháp tu và làm công việc kiếm sống. Nếu bạn có thể làm được như vậy thì hy vọng là mọi việc trong những kiếp sống tương lai của bạn sẽ ngày càng trở nên tốt đẹp hơn.

Cuối cùng, chúng ta nên cầu nguyện và hồi hướng tất cả công đức tu tập cho sự hưng thịnh của Phật pháp nói chung và chân lý có thể rộng truyền khắp Tây Tạng nói riêng. Vì thế, nguyện cho những

Generating the mind of enlightenment

When a family becomes more prosperous, they improve their clothes and eat better food. Today, we have had this opportunity to learn a little about the Dharma and have had some introduction to the meaning of the Dharma. To show that you have become richer in the Dharma wealth, your conduct should improve. You should not speak roughly and those who are usually quarrelsome and aggressive should be gentler. Those of you who are normally miserly should open your hands. There are some people, who, the moment they speak to you, you think 'he is lying'. So, try to keep your lies to a minimum and behave honestly. This is very important.

In short, even if you cannot benefit others, at least do not harm them. Keep this in mind. The most important advice I can give you is to keep a kind heart, which is the very life of the teaching. On the basis of a good kind heart you should study, say your daily prayers, follow your vocation or training and do the work by which you earn your livelihood. If you can do this, in future from life to life, there is hope that things will get better and better.

Finally, we should pray and dedicate all our virtuous practice for the flourishing of the Buddhadharma in general and in particular that the truth

lời dạy trong Kinh điển và Mật điển một lần nữa lại hưng thịnh ở Tây Tạng một cách thuần tịnh như trước đây; và nguyện cho điều đó góp phần trực tiếp và gián tiếp vào hạnh phúc nhất thời cũng như hạnh phúc viên mãn của hết thảy chúng sinh từng là mẹ chúng ta.

Nhân dịp đặc biệt này, chúng ta được tụ họp tại đây, tôi muốn cảm ơn những người đã tích cực tổ chức buổi họp mặt này. Vì thế, chúng ta hãy cầu nguyện cho việc sáng lập tu viện này sẽ thành tựu theo đúng kỳ vọng và dự tính của chúng ta mà không gặp bất kỳ trở ngại nào.

Ngài Sakya Dagtri Rinpochey và hai vị Drikung Kyabgon, các vị Tu viện trưởng và các vị nhận truyền thừa Giáo pháp khác cũng đều hiện diện ở đây. Tôi chắc chắn rằng các bạn sẽ nhận lấy trách nhiệm duy trì những mục đích tốt đẹp của mình. Tôi mong mỏi các bạn tiếp tục làm như thế một cách dũng mãnh trong giai đoạn khó khăn này. Hãy quan tâm đến sức khỏe và làm việc tích cực. Tất cả chỉ có thế - Tashi delek! [- Chúc mọi điều tốt lành!]

Tóm lại,

Bậc hộ trì, Bồ Tát Quán Thế Âm,

Đã phát đại nguyện trước chư Phật và Bồ Tát.

Là sẽ che chở bảo hộ cho Xứ Tuyết.

Cầu mong cho kết quả tốt đẹp [của lời nguyện này] sẽ nhanh chóng chín mùi vào hôm nay.

Generating the mind of enlightenment

may prevail in Tibet. May the teachings of sutra and tantra flourish once again in Tibet as purely as before. And may that contribute directly and indirectly to the temporary and ultimate happiness of all mother sentient beings.

On this particular occasion we have gathered at this place - and I want to thank those who worked hard to organise it. So let us pray that the establishment of Shedra and Drubdra will be accomplished according to our hopes and plans without hindrance.

Sakya Dagtri Rinpochey, the two Drikung Kyabgons, Abbots and other Dharma holders are here. I am sure that you will all take responsibility and maintain your good intentions. I request you to continue to do so courageously in this difficult time. Take care of your health and work hard. That's all - *tashi delek!*

> In short,
> The protector, Avalokiteshvara,
> Made vast prayers before Buddhas and Bodhisattvas
> To thoroughly take care of the Land of Snow;
> May the good result quickly ripen today.
> May we cultivate the supreme precious mind of enlightenment

Cầu mong cho chúng ta nuôi dưỡng được tâm Bồ-đề cao quý và siêu việt,

Mà trước đây chưa từng được nuôi dưỡng.

Và cầu mong cho tâm Bồ-đề đã được nuôi dưỡng sẽ không thối thất,

Mà ngày càng phát triển lớn mạnh hơn.

Dịch [từ Tạng ngữ] sang Anh ngữ: Ven. Lhakdor, Dorje Tseten và Jeremy Russell.

Trích từ: CHƯ YANG, The Voice of Tibetan Religion & Culture, Bài số 6.

Biên tập: Pedron Yeshi và Jeremy Russell.

That has not been cultivated
And may that which has been cultivated not decline
But flourish higher and higher.

Translated by Ven. Lhakdor, Dorje Tseten and Jeremy Russell.
From CHÖ YANG, The Voice of Tibetan Religion & Culture No.6
Editors: Pedron Yeshi & Jeremy Russell.

TÔN GIÁO CÓ THỂ ĐÓNG GÓP GÌ CHO NHÂN LOẠI?

Bài giảng của Ngài Tenzin Gyatso Đạt-lai Lạt-ma XIV

Trước khi thảo luận về những đóng góp của tôn giáo, việc đặt ra câu hỏi rằng nhân loại cần đến những gì có thể là hữu ích. Câu trả lời đơn giản là loài người, thật ra là tất cả chúng sinh, thường xuyên tìm kiếm hạnh phúc, vượt qua những bất ổn và tránh xa đau khổ. Cho dù từng cá nhân hay nhóm người có thể đối diện bất kỳ vấn đề gì đi chăng nữa, cho dù họ giàu hay nghèo, có học hay thất học, điểm chung là tất cả đều mong mỏi đạt được hạnh phúc bền vững. Là con người, tất cả chúng ta đều có một thân thể vật chất, thỉnh thoảng đau ốm hay bị các bất ổn khác. Và chúng ta đều có những cảm xúc như giận dữ, ghen hờn và tham lam; đồng thời ta cũng có những tình cảm tích cực như yêu thương, bi mẫn, tử tế, nhẫn nhục... Tất cả những điều đó đều nằm trong bản chất con người. Cũng vậy, mọi người đều mong muốn hạnh phúc và không muốn khổ đau.

Ngày nay, nhờ tiến bộ khoa học kỹ thuật, nhiều người trên thế giới có cuộc sống vật chất được cải

WHAT CAN RELIGION CONTRIBUTE TO MANKIND?

By Tenzin Gyatso
His Holiness the Dalai Lama XIV

Before discussing what religion can contribute, it may be helpful to ask what it is that mankind needs. The simple answer is that all human beings, in fact all beings, constantly seek to find happiness and to overcome problems and avoid suffering. No matter what particular problems individual people or groups of people may face, whether they are rich or poor, educated or uneducated, what is equally common to all is the wish for lasting happiness. As human beings we all have a physical body, which at times gives rise to sickness and other problems, and we all have emotions, such as anger, jealousy and greed, while on the positive side we have love, compassion, kindness, tolerance and so forth. These are all part of human nature. Likewise, everyone wants happiness and does not want suffering.

Today, due to progress in science and technology many people throughout the world experi-

thiện, hưởng nhiều tiện nghi và cơ hội mà cha ông họ thậm chí chưa từng mơ tưởng đến. Nhưng nếu hỏi sự phát triển vật chất này có thật sự loại bỏ được đau khổ của nhân loại hay không thì câu trả lời là không! Những khổ đau căn bản của con người vẫn còn đó. Con người vẫn không có được cái họ muốn và vẫn tự thấy mình ở trong những hoàn cảnh không vui. Mặc dù có nhiều tiện nghi hơn, người ta vẫn cảm thấy cô đơn, thất vọng và tâm hồn bất an.

Trong số những vấn đề bất ổn mà toàn thể nhân loại phải đối mặt, có một số như thiên tai, bão lụt và hạn hán chẳng hạn, chúng ta chẳng thể làm gì được cả; nhưng có những vấn đề khác là do con người tạo ra. Các vấn đề này bao gồm những mâu thuẫn giữa con người với nhau về chủng tộc, ý thức hệ, tín ngưỡng v.v... Điều này rất đáng buồn, vì dù cho một người có thuộc bất kỳ chủng tộc nào đi chăng nữa thì trước hết người ấy vẫn là một thành viên trong đại gia đình nhân loại. Còn nói về ý thức hệ và tôn giáo thì mục đích [của chúng] là mang đến lợi lạc cho con người chứ không phải để làm nền tảng cho sự đối đầu và bạo lực. Điều quan trọng là phải nhớ rằng mục đích của các ý thức hệ và tôn giáo khác nhau là phục vụ con người và thỏa mãn nhu cầu của họ. Chỉ riêng trong thế kỷ [hai mươi] đã có hai trận đại thế chiến và nhiều cuộc xung đột khu vực, đồng thời sự giết chóc lúc nào cũng tiếp diễn quanh ta. Hiện nay, chúng ta đều sống trong hiểm họa hạt nhân, chủ yếu là do xung đột về ý thức hệ.

ence some material improvement in their lives and benefit from facilities and opportunities that their forefathers never even dreamt of. However, if we ask whether this material development has really eliminated human suffering, the answer is no. Basic human distress remains. People continue not to get what they want and find themselves in unpleasant circumstances. Despite greater comfort people experience loneliness, frustration and mental restlessness.

Of the problems which face mankind as a whole, some, like natural disasters, floods and drought for example, we can do nothing about, but other problems are man-made. They include conflicts that arise between human beings over issues of race, ideology, religious faith and so forth. This is very sad, for whatever race a person belongs to he or she is primarily a member of the human family. With regard to ideology and religion, these things are intended to bring benefit to people and not to be a ground for antagonism and violence. It is important to remember that the purpose of different ideologies, religious systems and so forth is to serve human beings and fulfill their needs. In this century alone there have already been two great world wars and many local conflicts, while killing continues to go on all around us all the time. In the meantime we all live under the nuclear threat, largely because of ideological conflicts.

Một nhóm vấn đề bất ổn khác do con người tạo ra liên quan đến quan hệ giữa con người và trái đất, hay môi trường sống, là những vấn đề sinh thái và ô nhiễm. Bất kỳ những khó khăn nào mà nạn phá rừng, ô nhiễm đất, nước và không khí đang gây ra cho thế hệ chúng ta, rõ ràng là sẽ trở nên tồi tệ hơn nhiều trong tương lai, trừ phi chúng ta bắt tay làm một điều gì đó. Và "điều gì đó" là hoàn toàn có thể thực hiện, vì đây đều là những vấn đề bất ổn do chính ta - con người - gây ra và vì vậy có thể được dừng lại hay ít nhất là giảm thiểu nếu chúng ta muốn.

Hiển nhiên là sự phát triển vật chất có ích cho nhân loại và cung cấp nhiều tiện nghi cần thiết. Nhưng chúng ta đã đi đến một tình trạng cần thiết phải xem xét lại là liệu có những lĩnh vực phát triển nào khác ngoài sự phát triển riêng biệt về vật chất mà tôi đã đề cập ở trên hay không? Sự phát triển vật chất đã mang lại các tác dụng phụ: đó là sự gia tăng tình trạng tinh thần bất an, lo lắng và sợ hãi; và chính những điều này đôi khi lại tự biểu hiện thành bạo lực. Cảm xúc của con người sa sút. Ví dụ, mặc dù sự thật là chiến tranh luôn tồn tại xuyên suốt lịch sử, nhưng có sự khác biệt giữa chiến tranh tay đôi giữa các cá nhân trong quá khứ và kiểu chiến tranh điều khiển từ xa như hiện nay. Nếu bạn cố dùng một con dao để giết người thì điều đó tự nhiên là khó khăn vì bạn phải chịu đựng việc đối mặt nhìn thấy máu người đó đổ, nhìn nỗi thống khổ của người đó và nghe tiếng kêu thét đau đớn. Có một cái gì đó tự nhiên làm bạn chùn tay. Nhưng nếu bạn dùng một

What can religion contribute to mankind?

Another category of man-made problems concerns the relations between people and the earth or the environment, problems of ecology and pollution. Whatever difficulties deforestation and pollution of the earth, water and air may present to our generation, they are clearly going to be much worse in the future unless something is done. And something can be done, because these are all problems made by I man and thus can be unmade or at least reduced if we, choose.

There is no question that material development is good for mankind and provides many necessary benefits. But we have reached a point where it would be worthwhile examining whether there are areas of development other than the material one alone as I have already mentioned. There are certain side-effects of material development: there is an increase of mental unease, worry and fear, and this in turn sometimes expresses itself in violence. There is a decline in human feeling. For example, although it is true to say there has always been fighting throughout history; there is a difference between the hand-to-hand fighting between individuals in the past and the remotely controlled warfare of the present. If you were to try to kill someone with a knife it would naturally be difficult because you have to be able to cope with seeing his blood, his anguish and hearing his screams of pain; natural restraint arises. But if you

khẩu súng trường có ống ngắm thì việc đó trở nên vô cùng dễ dàng hơn. Hầu như là vậy, nếu bạn không bận tâm. Nạn nhân không ý thức được sự hiện diện của bạn, bạn chỉ cần ngắm, bóp cò, nhìn đi chỗ khác và thế là xong. Dĩ nhiên là tình thế trở nên tồi tệ hơn trong trường hợp sử dụng vũ khí hạt nhân và các vũ khí điều khiển từ xa khác. Cái thiếu thốn ở đây là một cảm xúc con người, một ý thức trách nhiệm.

Nếu chúng ta quan sát kỹ con người thì chúng ta sẽ thấy rằng, bên cạnh khía cạnh vật chất, còn có một yếu tố rất hiệu dụng khác là ý thức hay tâm. Ở đâu có con người, ở đó luôn có ý thức. Do đó, để giảm thiểu các vấn đề bất ổn do con người gây ra thì tâm là yếu tố chính. Dù là những vấn đề liên quan đến kinh tế, bang giao quốc tế, khoa học, kỹ thuật, y học hay sinh thái, hay bất kỳ phương diện nào, mặc dù có vẻ như chúng nằm ngoài tầm kiểm soát riêng lẻ của bất kỳ cá nhân nào, điểm chính vẫn là động cơ hành động của con người. Nếu động cơ hành động là bất cẩn hay không được cân nhắc thận trọng ắt sẽ nảy sinh vấn đề bất ổn. Nếu có động cơ tốt thì hành động tiếp theo sẽ phát triển theo hướng tốt.

Có vẻ như phần tri thức, "trí não" của con người đã phát triển rất nhiều và được tận dụng, nhưng chúng ta đã có phần nào đó xao lãng phần "tâm hồn"; ý tôi muốn nói đến sự phát triển thiện tâm, tình yêu, lòng bi mẫn và khoan dung. Do thiếu đi phần tâm hồn nên mặc dù chúng ta đã phát triển rất nhiều về mặt vật chất, điều đó vẫn không mang

What can religion contribute to mankind?

use a rifle with telescopic sights it is so much easier, almost as it is if it did not concern you. The victim is unaware of you, you simply aim, and pull the trigger, look away and it is done. Of course, the situation is even worse with regard to nuclear and other remotely controlled weapons. What is lacking here is a sense of human feeling, a sense of responsibility.

If we look carefully at human beings we will find that besides the physical aspect, there is another very effective factor - consciousness or mind. Wherever there is a human being there is always consciousness. So, in order to reduce man-made problems the human mind is a key factor. Whether they are problems of economics, international relations, science, technology, medicine, ecology or whatever, although these seem to be issues beyond anyone individual's control, the central point is still human motivation. If the motivation is careless or poorly considered, problems will arise; if the motivation is good then the consequent action will develop in a positive way.

It seems that although the intellect, the 'brain' aspect of human beings has been much developed and put to use, we have somehow neglected the 'heart' aspect, by which I mean the development of a good heart, love, compassion, kindness and forgiveness. Due to this lack of heart, although we

lại sự thoả mãn hoàn toàn hay sự bình an trong tâm hồn. Những gì chúng ta cần là sự phát triển tinh thần song song với sự phát triển vật chất. Nếu hai yếu tố này kết hợp thì tất cả chúng ta sẽ cảm thấy hạnh phúc và bình an hơn. Điểm then chốt ở đây là sự phát triển cảm xúc cơ bản của con người, nghĩa là sự chân thật, sự cởi mở chân thành, tình yêu chân thật, thiện tâm và sự tôn trọng đối với những người khác như anh chị em một nhà.

Vấn đề hòa bình dài lâu và thật sự trên thế giới liên quan đến con người nên cảm xúc nói trên cũng là nền tảng cơ bản. Với tâm bình an, hòa bình thật sự trên thế giới có thể đạt được. Ở đây, tầm quan trọng của trách nhiệm cá nhân hoàn toàn rõ ràng, bởi vì trạng thái an bình phải được tạo ra trong chính tự thân mỗi người, sau đó mới [có thể] được tạo ra trong gia đình và tiếp đến là trong cộng đồng.

Để tạo ra sự an bình nội tại, điều quan trọng nhất là thực hành lòng bi mẫn, tình yêu, sự hiểu biết và trân trọng con người. Những trở lực lớn nhất cho việc này là sự giận dữ, thù hằn, lo sợ, nghi ky. Vì thế, trong khi người ta vẫn nói chung chung về việc giải trừ quân bị trên thế giới, thì một kiểu buông vũ khí trong nội tâm là cần thiết. Vấn đề ở đây là liệu chúng ta có thể giảm thiểu những tư tưởng tiêu cực này và gia tăng những thái độ tích cực được không? Chúng ta có thể suy xét trong đời sống hằng ngày của mình để xem sự giận dữ có chút giá trị nào không, và tương tự, chúng ta có thể suy nghĩ về các tác dụng tiêu cực hay tích cực của lòng bi mẫn và tình yêu.

What can religion contribute to mankind?

may have much material progress, it does not provide full satisfaction or mental peace. What is needed is mental development along with material development - if these are combined we shall all feel happier and calmer. The key point is developing a basic human feeling, which means genuine sincerity, genuine openness, genuine love and kindness and respect for others as brothers and sisters.

The question of genuine lasting world peace concerns human beings, so this human feeling is also the basis for that. Through inner peace, genuine world peace can be achieved. Here the importance of individual responsibility is quite clear, for an atmosphere of peace must be created within oneself, then it will be created in the family and then in the community.

In order to create inner peace, what is most important is the practice of compassion and love, human understanding and respect for human beings. The most powerful obstacles to this are anger, hatred, fear and suspicion, so while people talk about disarmament in the world at large, some kind of internal disarmament is necessary. The question is whether we can minimize these negative thoughts and increase positive attitudes. We can examine our daily life to see if there is any value in anger and likewise we can think about the negative or positive effects of compassion and love.

Lấy ví dụ, vì con người là những động vật xã hội nên họ có bạn tốt lẫn bạn xấu. Những người lúc nào cũng giận dữ thì trong hầu hết các trường hợp rất hiếm khi có sự bình an trong tâm hồn, nhưng những người bản chất trầm tĩnh thường được an ổn hơn và có nhiều bạn bè thật sự, là những người bạn sát cánh bên họ khi thành công cũng như lúc thất bại. Những người bạn như thế không thể có được nhờ vào sự giận dữ, ganh ghét hay tham lam, mà là nhờ vào tình yêu chân thật, lòng bi mẫn, sự cởi mở và chân thành. Như vậy, rõ ràng những tư tưởng tiêu cực là tác nhân hủy hoại hạnh phúc và những tư tưởng tích cực là nhân tố tạo ra hạnh phúc.

Mặc dù sự giận dữ đôi khi có vẻ như một yếu tố phòng vệ, nhưng thực tế thì nó hủy hoại sự bình an và hạnh phúc của chúng ta và thậm chí hủy hoại cả khả năng thành công. Sự thành công hay thất bại phụ thuộc vào sự khôn ngoan và trí thông minh của con người, là những yếu tố không thể hoạt động tốt dưới ảnh hưởng của sự giận dữ. Khi chúng ta đang chịu ảnh hưởng của sự giận dữ và thù hận, năng lực phán đoán của chúng ta bị suy yếu. Hậu quả là chúng ta theo đuổi những mục tiêu sai lầm hoặc áp dụng phương pháp sai và điều này dẫn đến thất bại. Vậy thì vì sao giận dữ lại sinh khởi? - Vì trong thâm tâm có một nỗi sợ hãi nào đó, cho nên sợ hãi là nguyên nhân của thất bại.

Những phương pháp tốt nhất và mạnh mẽ nhất để xóa bỏ sự giận dữ là lòng khoan dung và nhẫn

For example, since human beings are social animals they have good friends and bad friends. People who are always angry have in most cases very little mental peace, but those who are calm by nature have more peace and more true friends, true friends who remain with them through success and failure. Such friends are not acquired through anger, jealousy or greed, but through honest love, compassion, openness and sincerity. So, it is quite clear that negative thoughts are destroyers of happiness and that positive thoughts are creators of it.

Although anger may sometimes seem like a defender, in fact it destroys our peace and happiness, and even destroys our ability to succeed. Success or failure depends on human wisdom and intelligence which cannot function properly under the influence of anger. When we are under the sway of anger and hatred our power of judgement is impaired. As a result we pursue the wrong aims or apply the wrong method and this leads to failure. Why then does anger arise? - Because deep down there is some kind of fear, so fear is a cause of failure.

The best and the most powerful methods for eliminating anger are tolerance and patience. People sometimes have the impression that tolerance

nhục. Đôi khi người ta có ấn tượng rằng khoan dung và nhẫn nhục là không có cá tính, thiếu cảm xúc, nhưng thật ra không phải vậy, chúng sâu sắc và hiệu quả hơn nhiều so với sự hoàn toàn dửng dưng. Một số người cũng cảm thấy rằng lòng khoan dung và nhẫn nhục là dấu hiệu của sự yếu đuối. Ngược lại, chính sân hận và thất vọng mới là những dấu hiệu của sự yếu đuối. Giận dữ phát sinh từ sợ hãi và sợ hãi phát sinh từ sự yếu đuối hay tự ti. Nếu bạn có lòng can đảm và quả quyết, bạn sẽ bớt sợ hãi hơn và kết quả là bạn ít giận dữ hay thất vọng hơn.

Hiện nay việc thực hành các phương pháp để giảm bớt sự giận dữ và phát triển lòng khoan dung có thể được áp dụng cho mọi hệ thống tín ngưỡng, thậm chí cho cả những người không có đức tin, bởi vì là con người thì ai cũng cần đến lòng khoan dung và sự can đảm. Theo quan điểm Phật giáo, có chín đối tượng hay tình huống làm khởi sinh sự giận dữ: đó là những tình huống (1) khi tôi đã bị hãm hại, (2) đang bị hãm hại hoặc (3) sẽ bị hãm hại; tương tự, là những tình huống khi (4) những người thân của tôi đã bị hãm hại, (5) đang bị hãm hại hoặc (6) sẽ bị hãm hại; và những tình huống (7) khi những kẻ thù của tôi đã được hạnh phúc, (8) đang hạnh phúc hoặc (9) sẽ hạnh phúc. Trong đó, nghiêm trọng nhất là tình huống khi tôi đang bị hãm hại.

Vào những lúc đó, cách đối trị giận dữ là xem xét bản chất của đối tượng đang thực sự hãm hại chúng ta, xét kỹ xem nó đang hãm hại chúng ta một

What can religion contribute to mankind?

and patience are neutral, lacking feeling, but they are not, they are much deeper and more effective than mere indifference. Some people also feel that tolerance and patience are signs of weakness. On the contrary, anger, hatred and frustration are a sign of weakness. Anger comes from fear and fear comes from weakness or a feeling of inferiority. If you have courage and determination, you will have less fear and consequently you will be less frustrated and angry.

Now, the practice of methods to reduce anger and increase tolerance is adaptable to every religious system, even for those people who have no faith at all, for so long as you are a human being you will always need tolerance and courage. From a Buddhist point of view there are nine objects or situations which give rise to anger: situations in which I have been harmed, I am being harmed, or I will be harmed; similarly, situations in which my dear ones were harmed, are being harmed or will be harmed; and situations in which my enemies were happy, are happy or will be happy. Of these, perhaps the most important is the situation in which I am being harmed.

At such times, a way to counter anger is to investigate the nature of the object which is actually harming us, examining whether it is harming us

cách trực tiếp hay gián tiếp. Giả sử chúng ta đang bị đánh bằng một cây gậy. Cái gì trực tiếp làm hại ta? - Cây gậy. Còn nguyên nhân sâu xa nhất đang gián tiếp làm hại ta không phải là kẻ đang cầm gậy mà là cơn giận thúc đẩy người đó đánh ta. Do đó, chúng ta không nên tức giận với bản thân người đó.

Một phương pháp khác có thể hiệu quả trong một số tình huống nhất định, là khi đang bị người nào đó hãm hại, hãy nghĩ rằng lúc đó chúng ta có thể gặp khó khăn hay đau khổ hơn thế nhiều. Khi ta nhận ra rằng có những điều tệ hại hơn nhiều có thể đã xảy đến cho ta thì những khó khăn mà ta đang đối diện sẽ giảm nhẹ đi và dễ giải quyết hơn. Phương pháp này có thể được áp dụng cho mọi vấn đề bất ổn. Nếu bạn nhìn một vấn đề ở cự ly gần thì trông nó có vẻ rất lớn nhưng khi nhìn từ xa thì nó trông bé hơn nhiều và điều này có thể giúp đối trị cơn giận. Tương tự, khi một thảm kịch xảy ra, việc chúng ta phân tích xem có biện pháp khắc phục nào hay không là rất hữu ích, và nếu thực sự không có cách nào khắc phục thì lo lắng cũng vô ích.

Sự giận dữ là kẻ thù thực sự của chúng ta. Cho dù nó ở trong lòng của ta, bạn bè ta hay kẻ thù ta thì nó vẫn là kẻ thù thực sự. Nó không bao giờ thay đổi, bản chất của nó luôn là gây hại. Nhưng con người thì không phải luôn có bản chất gây hại. Hôm nay người ấy có thể là kẻ thù tệ hại nhất của bạn nhưng ngày mai hoặc năm sau anh ta có thể trở thành người bạn

What can religion contribute to mankind?

directly or indirectly. Suppose we are being hit with a stick, what is directly doing us harm? - the stick. The root cause which harms us indirectly is not the person wielding the stick, but the anger which motivates him to hit us, so it is not the person himself with whom we should feel angry.

Another method which can be effective in certain circumstances is, when someone is harming us to remember at the time that we could be experiencing far greater difficulties and worse sufferings. When we recognize that there are much worse things that could happen to us, the difficulties that we are facing are reduced and become easier to cope with. This technique can be applied to all sorts of problems. If you look at a problem close to, it seems very big, but from a distance it appears much smaller, and this can help counter anger. Similarly, when a tragedy takes place, it can help if we analyse whether there is any way of overcoming it, if there really is not, then there is no use in worrying about it.

Anger is our real enemy. Whether it is in our mind, our friend's mind or our enemy's mind, anger is the real foe. It never changes; its nature is always harmful. However, a human being does not always have a harmful nature, he may be your worst enemy today, but tomorrow or next year he may become your best friend. So, when a human being is behaving like an enemy and doing us

tốt nhất. Do đó, khi một người đang cư xử như kẻ thù và làm hại ta, ta không nên oán trách người ấy. Động cơ của người ấy sẽ có ngày thay đổi. Cái đáng trách thực sự là cơn giận hay thái độ tiêu cực của anh ta. Mỗi khi cơn giận trỗi dậy trong bất kỳ người nào thì nó luôn gây rắc rối.

Để đối trị cơn giận, chúng ta cần phát triển tâm nhẫn nhục và khoan dung. Trong ý nghĩa đó, để rèn luyện tâm nhẫn nhục và khoan dung thì chúng ta cần có một kẻ thù, một kẻ thù là con người. Nếu không thì ta không có cơ hội thực hành. Cho dù kẻ thù có động cơ xấu hay tốt thì tình huống đều có lợi cho chúng ta vì sự gây hại của kẻ đó tạo cơ hội cho ta phát triển tâm nhẫn nhục và thử thách sức mạnh nội tâm của ta. Với cách nghĩ như thế, chúng ta có thể xem kẻ thù là đáng để ta biết ơn hơn là đối tượng để ta nguyền rủa.

Cho dù vậy, xét về hành vi thì kẻ nào hành động một cách phi lý gây hại cho người khác và làm như thế một cách thường xuyên thì cuối cùng kẻ đó sẽ chuốc lấy đau khổ. Nếu bạn hiểu thật rõ ràng tình thế thì bạn có thể dùng đến biện pháp đối trị cần thiết một cách có tôn trọng, không miệt thị. Trong những tình huống như vậy, chúng ta nên hành động để ngăn chặn người khác hành xử phi lý, vì nếu không thì sự việc sẽ tồi tệ hơn. Không những chúng ta được phép hành động đối trị như thế mà còn là thực sự nên hành động; sự khác biệt là chúng

harm, we should not blame the person - one day his motivation may change. The real blame should be put on his anger or negative attitude. Whenever anger arises, whoever it arises in, it is always a trouble-maker.

In order to counter anger we need to increase patience and tolerance. In that sense, in order to practice patience and tolerance, we need an enemy, a person who is an enemy. Otherwise we have no opportunity to practice them. Whether the enemy has a good or a bad motivation, as far as we are concerned the situation will be beneficial, for his harming us provides an opportunity for us to increase patience and test our inner strength. If we think in this way, we can see our enemy as someone to whom we should be grateful, rather than as an object of abuse.

Nevertheless, when it comes to taking action, if someone is behaving unreasonably and harmfully towards other beings and he or she is doing so continually, then ultimately he or she will suffer. If you understand the situation clearly, then respectfully and without scorn you can take necessary counter-action. In such situations we should take action to stop other people behaving unreasonably, because unless we do so things will just get worse. We are not only allowed to take such counter-action, but indeed we should; the differ-

ta không hành động vì giận dữ mà với một ý nguyện vị tha.

Thêm một phương thức nữa để đối trị cơn giận là dựa trên lòng bi mẫn và sự tôn trọng người khác sâu sắc. Ở đây, một thái độ vị tha chân thật rất quan trọng. Về cơ bản, con người là những động vật xã hội, không thể tồn tại nếu không có người khác. Do đó, vì sự sống còn của chính bạn, hạnh phúc và thành công của chính bạn, bạn cần đến người khác. Bằng cách giúp đỡ người khác, quan tâm và chia sẻ với nỗi khổ của người khác, cuối cùng thì bạn sẽ gặt hái được phần lợi lạc cho chính mình.

Điều này cũng có thể vận dụng trên phương diện vĩ mô, chẳng hạn như các vấn đề liên quan đến nền kinh tế thế giới. Nếu bạn theo đuổi chính sách một chiều thì bạn có thể tạm thời gặt hái một số lợi ích, nhưng về lâu dài bạn có thể sẽ chịu tổn thất nhiều hơn. Nếu chính sách đó dựa trên một tầm nhìn rộng lớn hơn, một thái độ vị tha hơn, thì kết quả đạt được sẽ tốt hơn. Trong lĩnh vực kinh tế ngày nay, chúng ta ngày càng phụ thuộc lẫn nhau, không những giữa các quốc gia với nhau mà còn là giữa các lục địa. Những nước tiêu thụ nhiều nhất buộc phải quan tâm đến nơi họ khai thác nguyên vật liệu để việc tiêu thụ không bị gián đoạn; nếu không thì một ngày nào đó sẽ nảy sinh các vấn đề rắc rối lớn. Những điều này ngày càng trở nên rõ rệt hơn do hậu quả của cuộc khủng hoảng năng lượng, hố sâu ngăn cách mở rộng giữa miền Bắc và miền Nam, giữa các nước giàu và

ence being that we do so not out of anger but with an altruistic intention.

A further way to counter anger is based on compassion and a deep respect for others. In this a genuine altruistic attitude is very important. Basically, human beings are social animals, without others you simply cannot survive. Therefore, for your own survival, your own happiness and your own success, you need others. By helping other people, being concerned about other people's suffering and sharing in it, you will ultimately gain some benefit yourself.

This is also applicable on a larger scale, for example, with regard to the world's economic problems. If you follow one sided policy, although you may gain something temporarily, in the long run you may lose more. If the policy is based on a wider perspective, a more altruistic attitude, it will produce a better result. In the field of economics today, we are all increasingly dependent on each other, not only from country to country, but from continent to continent. The nations who consume the most ought to reflect on where they get the materials which allow such consumption to go on; otherwise one day it will be a cause of big problems. These things are becoming steadily clearer as a result of the energy crisis and the widening gap between the North and the South, the richer

các nước nghèo. Nếu tình hình cứ tiếp diễn thì chắc chắn sẽ nảy sinh nhiều vấn đề bất ổn, nhưng nếu chúng ta nghĩ đến cách thức để thay đổi điều đó thì điểm mấu chốt là thái độ vị tha.

Giờ đây, việc phát triển các thái độ tích cực như tình yêu thương và lòng bi mẫn, nhẫn nhục và khoan dung hay sự chân thành hiểu biết lẫn nhau giữa con người không chỉ đơn thuần là một vấn đề tôn giáo, mà là một điều kiện sống còn. Đôi khi tôi nhắc đến điều đó như một tôn giáo chung. Để làm một người tốt trong cuộc sống hằng ngày thì mọi nghi lễ hay triết lý đều không cần thiết. Làm người tốt có nghĩa là: hãy phụng sự người khác nếu có thể, nếu không thì hãy kiềm chế không gây tổn hại cho họ.

Nhưng dù sao thì các tôn giáo khác nhau đều thực sự có trách nhiệm trong việc này. Vấn đề không phải là hết thảy mọi người đều phải có niềm tin tôn giáo, mà đúng hơn là sự đóng góp của mỗi một tôn giáo cho nhân loại. Tất cả các bậc thầy vĩ đại trong quá khứ đều thuyết giảng giáo lý tôn giáo của họ vì lợi ích cho nhân loại và trong một số trường hợp là vì lợi ích cho hết thảy chúng sinh hữu tình. Chắc chắn là các vị không dạy chúng ta quấy rối người khác.

Những nhóm và hệ thống tôn giáo khác nhau cần có sự cống hiến đặc biệt, không phải cho sự phát triển vật chất, mà là sự phát triển tinh thần. Phương cách đúng đắn để vươn đến tương lai của chúng ta là kết hợp cả hai yếu tố này, vì con người nên sử dụng một

What can religion contribute to mankind?

and poorer countries. If the situation continues, it will definitely create problems, but if we think about how it can be changed, developing an altruistic attitude is the key point.

Now, developing such attitudes as love and compassion, patience and tolerance, genuine understanding between human beings is not simply a religious matter, but a condition for survival. Sometimes I refer to it as a universal religion. To be a good human being in day to day life, neither philosophy nor rituals are necessary. To be a good human being means: if possible to serve other people, if not, refrain from harming them.

Nevertheless, the various different religions do have responsibilities along these lines. It is not that everybody should become religious minded, but rather that each of the various religions can contribute to mankind. All the great teachers of the past gave their various religious teachings for the benefit of humanity and in some cases, even for the benefit of all sentient beings. Certainly, they did not teach us to disturb people.

The various different religious groups and systems have a special contribution to make, not to material development, but to mental development. The proper way to approach our future is a combination of these two, as human beings our physical

nửa năng lượng vật chất và tinh thần cho sự phát triển vật chất và nửa còn lại cho sự phát triển nội tâm. Nếu chúng ta quá nhấn mạnh đến khía cạnh vật chất thì không thỏa đáng, vì phương cách đó dựa trên vật chất vốn không hề có cảm xúc, kinh nghiệm và ý thức. Khi thế giới này còn chưa bị những người máy thống trị thì ta vẫn còn cần đến tôn giáo. Vì chúng ta là con người, chúng ta có cảm xúc và kinh nghiệm, có nỗi đau và niềm vui; và khi những điều này vẫn còn tồn tại thì chỉ riêng những thứ như tiền bạc không thể mang lại hạnh phúc. Việc chúng ta có cảm thấy hạnh phúc hay không phụ thuộc phần lớn vào thái độ tinh thần và cách suy nghĩ của chúng ta.

Mỗi một tôn giáo trong các hệ thống tín ngưỡng khác nhau, dù đó là Phật giáo, Thiên chúa giáo, Hồi giáo, Do Thái giáo hay một trong nhiều hệ phái thuộc Ấn Độ giáo, đều có một kỹ thuật đặc biệt, một phương pháp đặc biệt nào đó để đạt được mục tiêu trên. Khi ta nói chuyện với các học giả tôn giáo hay những người đang tu tập, chẳng hạn như khi ta tiếp xúc với các tín đồ Thiên chúa giáo ngoan đạo, ngay cả khi không nói gì cả thì ta vẫn cảm nhận được rằng họ đã đạt một thành tựu nào đó. Đây là kết quả tu tập theo truyền thống riêng của họ và là bằng chứng cho thấy không những các tôn giáo trên thế giới đều cùng nhắm đến một đích chung mà còn có khả năng lẫn tiềm năng đào tạo những con người tốt. Từ quan điểm này, chúng ta dễ dàng bộc lộ sự tôn trọng đối với các tôn giáo khác nhau.

What can religion contribute to mankind?

and mental energy should be spent half on material development and half on inner development. If we over-emphasize the material side, it is insufficient, because it is based on matter which has no feeling, no experience and no consciousness. Until the world comes to be dominated by robots, we will need religion. Because we are human beings we have feelings and experiences, pains and pleasures and as long as these circumstances persist, things like money alone cannot bring happiness. Whether or not we do experience happiness is largely dependent on our mental attitude and way of thinking.

Each of the various religious systems, whether it be Buddhism, Christianity, Islam, Judaism or one of the many kinds of Hinduism, has some special technique, some special method to achieve that goal. When we talk with religious scholars or practitioners, for example when we meet sincere Christian practitioners, even without speaking we can feel they have achieved something. This is a result of their own tradition and is an indication that all the world's religions are not only aiming at the same object, but have the ability and potential to produce good human beings. From this point of view we can easily develop respect for different religions.

Có một thực tế là con người có xu hướng tranh chấp lẫn nhau trong nhiều lĩnh vực, trong khi đó tôn giáo là yếu tố duy nhất hóa giải sự hủy hoại của con người. Nhưng điều bất hạnh lớn là chính bản thân tôn giáo cũng có thể bị sử dụng như một công cụ làm tăng thêm chia rẽ và xung đột. Và một thực tế khác nữa là không thể bắt hết thảy mọi người đều phải có niềm tin tôn giáo. Không thể có chuyện mọi người đều trở thành tín đồ Phật giáo hay Thiên chúa giáo hay bất kỳ một tôn giáo nào khác. Tín đồ Phật giáo vẫn sẽ là tín đồ Phật giáo, tín đồ Thiên chúa giáo vẫn sẽ là tín đồ Thiên chúa giáo và người không có tín ngưỡng vẫn sẽ là người không có tín ngưỡng. Đây là thực tế, dù chúng ta có thích như vậy hay không. Do đó, việc tôn trọng quan điểm của người khác là rất quan trọng. Nếu người ta có niềm tin, chấp nhận một lý tưởng nào đó và cảm thấy mình đã tìm ra một phương pháp hiệu quả nhất để tự hoàn thiện mình thì đó là điều tốt và họ cứ tiếp tục thực hành. Họ có quyền lựa chọn. Còn những người không có niềm tin, thậm chí cảm thấy tôn giáo là sai, cũng ít nhất có được lợi ích nào đó từ quan điểm chống tôn giáo của họ, cũng là quyền lựa chọn của họ.

Khi ta vẫn là những con người và là công dân của thế giới này thì chúng ta vẫn phải sống chung với nhau. Vì thế chúng ta không nên quấy rối lẫn nhau mà phải nhận thức rằng chúng ta đều là anh chị em một nhà. Có những cơ sở rất rõ rệt để phát triển các mối liên hệ gần gũi hơn giữa các triết lý, các tôn giáo, các truyền thống khác nhau và hiện nay điều

What can religion contribute to mankind?

It is a reality that there are many areas in which we human beings tend to fight, while religion is the only factor which acts as a remedy for human destruction. That religion itself can be used as an instrument for creating further divisions and provoking more fighting is very unfortunate. It is another reality that it is impossible for all human beings to become religious minded. There is no question of all human beings becoming Buddhists, or Christians, or anything else. Buddhists will remain Buddhists, Christians will remain Christians, and non-believers will remain non-believers. Whether we like it or not this is a fact, so respect for others people's views is very important. If people have faith, accept some ideal and feel they have found the most beneficial way of improving themselves, this is good, they are exercising. Their right to follow their own choice. Those who have no faith, who even feel religion is wrong, at least derive some benefit from their anti-religious outlook, which is their right too.

As long as we remain human beings and citizens of this world, we have to live together, so we should not disturb each other, but realize that we are all brothers and sisters. There are very clear grounds for developing closer relations between the various different philosophies, religions and

này rất quan trọng. Tôi vui mừng nhận thấy những tín hiệu lạc quan về một sự chuyển biến theo chiều hướng này, đặc biệt là sự thông cảm sâu xa hơn giữa cộng đồng Phật giáo Tây Tạng và các vị tu sĩ cũng như nữ tu Thiên chúa giáo.

Tuy nhiên điều quan trọng là phải hiểu rằng tương lai của tôn giáo và những gì tôn giáo có thể cống hiến cho nhân loại không chỉ là vấn đề giữ gìn các tu viện, mà phụ thuộc rất nhiều vào sự thực hành của từng cá nhân. Nếu bạn chấp nhận một tôn giáo nào đó thì bạn phải thực hành [theo tôn giáo đó] một cách chân thành, không giả tạo. Do đó, điều quan trọng là phải nắm hiểu được phần tinh yếu, hiểu được mục đích của tôn giáo mà bạn đang theo và kết quả sẽ là những gì. Sau đó, nếu bạn thực hành đúng thì bản thân bạn sẽ là một điển hình cho những lợi ích của tôn giáo.

Về mặt giáo lý, có những khác biệt đáng kể giữa các tôn giáo. Ví dụ như theo giáo lý đạo Kỳ-na và Phật giáo thì không có "đấng sáng tạo", không có Thượng đế. Xét đến cùng thì mỗi người giống như một đấng sáng tạo của chính mình, bởi vì đạo Phật giải thích rằng, bên trong ý thức riêng của mỗi người đều có một loại thức vi tế và sâu thẳm nhất, đôi khi được gọi là tịnh quang. Thức vi tế này giống như một đấng sáng tạo, nhưng ngự trị sâu thẳm trong chính lòng người. Do đó, không hề có một sức mạnh [sáng tạo] nào khác kiểu như Thượng đế. Vì đa số các tôn

What can religion contribute to mankind?

traditions and this is very important at present. I am glad to see positive signs of a movement in this direction, especially of a closer understanding between the Tibetan Buddhist community and Christian monks and nuns. We Tibetans have many things to learn from other traditions.

However, it is important to understand that the future of religion and what it can contribute to mankind is not merely a matter of preserving institutions, but depends very much on individuals' own practice. If you accept religion you should practice it sincerely, not artificially. Therefore, it is important to grasp the essence, to understand what the aim of your religion is and what its results will be. If you then practice properly, you yourself will present an example of the benefits of religion.

In the field of philosophy there are significant differences between religions. For instance, according to the Jain and Buddhist teachings there is no 'creator', there is no God. Ultimately one is like a creator oneself, for according to the Buddhist explanation there is within one's own consciousness an innermost subtle consciousness, sometimes called clear light, which resembles a creator, but is deep within oneself. Consequently, there is no other force involved such as God. Now, as far as most other religions are concerned, the central be-

giáo khác đặt trọng tâm tín ngưỡng vào Thượng đế nên ở điểm này chúng ta có thể thấy những khác biệt lớn về giáo lý.

Tuy nhiên, thay vì dừng lại ở những khác biệt, có một câu hỏi quan trọng hơn là: mục đích của các tôn giáo và triết lý khác nhau này là gì? Câu trả lời là: chúng có cùng một mục đích giống nhau, đem lại lợi lạc tối đa cho nhân loại. Trong loài người có rất nhiều căn cơ khác nhau nên đối với người này thì giáo lý này là có hiệu quả nhưng đối với người khác thì giáo lý hay phương pháp thực hành khác sẽ hiệu quả hơn. Hoa được người ta ưa thích, một đóa hoa đã đẹp nhưng nhiều đóa hoa lại càng đẹp hơn. Càng có nhiều thứ thì sẽ có cơ hội để lựa chọn cái phù hợp với thị hiếu và sở thích của bạn. Tương tự, có nhiều giáo lý và triết lý là điều tốt. Cũng giống như chúng ta dùng thức ăn để nuôi dưỡng cơ thể vật chất, tôn giáo và các ý thức hệ là thức ăn cho tâm thức.

Có những khác biệt giữa chúng ta ngay cả trong phạm vi vật chất giới hạn, vì khuôn mặt nhỏ bé của con người cũng đã có nhiều đặc điểm khác biệt nhau. Tâm của chúng ta không phải vật thể rắn mà rộng lớn như hư không nên có nhiều thiên hướng khác nhau là lẽ tự nhiên. Vì lý do này, chỉ một tôn giáo và một triết thuyết không đủ để làm thỏa mãn toàn nhân loại. Những gì chúng ta cần nhắm tới, với sự lưu tâm đến hạnh phúc của nhân loại, không phải là hy vọng cải biến mọi người quy về một tôn giáo, không

lief is in God, so we can see here wide differences in philosophy.

However, instead of dwelling on differences a more important question is what is the purpose of these different systems and philosophies? The answer is that the purpose is the same, to bring the maximum benefit to humankind. There are so many different mental dispositions among human beings, that for certain people certain traditions are more effective and for other people other traditions and practices are more effective. Flowers are very pleasing, one flower is beautiful, but a combination is even more beautiful. If there is more variety, you have the opportunity to choose according to your taste and liking. Similarly, it is good to have many different religious teachings and many different philosophies. Just as we eat food to support our physical bodies, religions and ideologies are food for the mind.

There are differences between us even in the limited physical sphere, for our small human faces contain many distinguishing features. Our minds are not of solid substance, but are vast as space, so naturally there are many different mental dispositions. For these reasons one religion and one philosophy are not sufficient to satisfy all human beings. What we should aim at, with the welfare of mankind in mind, is not to hope to convert ev-

phải là phát triển một tôn giáo chiết trung duy nhất từ các tôn giáo khác. Chúng ta có thể đánh giá cao và ngợi khen các điểm tương đồng và tôn trọng những phạm trù khác biệt. Chắc chắn có những khía cạnh mà các tôn giáo có thể học hỏi lẫn nhau mà không cần phải từ bỏ những đặc trưng của mình. Ví dụ như các tín đồ Thiên chúa giáo có thể thấy các phương pháp phát triển sự tập trung tư tưởng của Phật giáo, hướng tâm vào một điểm, là hữu ích. Có nhiều cách để thực hiện điều này, như là nhờ vào thiền định...; cũng như có nhiều phương pháp để phát triển lòng khoan dung, bi mẫn, yêu thương, từ tâm... Tương tự, tín đồ Phật giáo có thể thấy các hoạt động xã hội của tín đồ Thiên chúa giáo là hữu ích và có lợi cho việc luyện tâm.

Trên cơ sở nhận thức mục đích của tôn giáo là lợi ích cho con người, điểm then chốt cần nhớ ở đây là bất kể những gì chúng ta có thể học hỏi hay vay mượn lẫn nhau, những lợi ích mà tôn giáo có thể mang lại và phần đóng góp của tôn giáo cho nhân loại phụ thuộc vào chính chúng ta cũng như việc ta có thực sự tu tập theo tôn giáo hay không.

Trích từ: CHỜ YANG, Tập 1, Số 2 - 1987

Biên tập: Pedron Yeshi

Đồng biên tập: Jeremy Russell

eryone to one religion, not to try to evolve a single eclectic religion from all the others. We can appreciate and admire the features we find in common and respect the areas in which we differ. Certainly, there are aspects in which different religions can learn from each other, but they do not have to surrender their identity to do so. Christians, for example, might find Buddhist techniques for developing concentration, focusing the mind on one point, to be useful. There are many ways to do this, such as through meditation, as there are also many techniques, which aim to develop tolerance, compassion, love, kindness and so forth. Similarly, Buddhists may find Christian practices of social action helpful and conducive to their mind-training.

The essential point to remember here, bearing in mind that the aim of the religion is the welfare of human beings, is that whatever we may learn or borrow from each other, the benefits that religion can bring and the contribution they can make to mankind depend upon ourselves and whether we really put them into practice.

From CHÖ YANG Vol.1- No.2 1987

Editor: Pedron Yeshi

Co-editor: Jeremy Russell

MỤC LỤC - CONTENT

LỜI NÓI ĐẦU 5

PHÁT TÂM BỒ-ĐỀ 8
GENERATING THE MIND OF ENLIGHTENMENT 9

TÔN GIÁO CÓ THỂ ĐÓNG GÓP GÌ CHO NHÂN LOẠI? 58
WHAT CAN RELIGION CONTRIBUTE TO MANKIND? 59

Lời thưa

Trong kinh Pháp Cú, đức Phật dạy rằng: "Pháp thí thắng mọi thí." Thực hành Pháp thí là chia sẻ, truyền rộng lời Phật dạy đến với mọi người. Mỗi người Phật tử đều có thể tùy theo khả năng để thực hành Pháp thí bằng những cách thức như sau:

1. Cố gắng học hiểu và thực hành những lời Phật dạy. Tự mình học hiểu càng sâu rộng thì việc chia sẻ, bố thí Pháp càng có hiệu quả lớn lao hơn. Nên nhớ rằng **việc đọc sách còn quan trọng hơn cả việc mua sách.**

2. Phải trân quý kinh điển, sách vở in ấn lời Phật dạy. Khi có điều kiện thì mua, thỉnh về nhà để tự mình và người trong gia đình đều có điều kiện học hỏi làm theo. Không nên giữ làm của riêng mà phải sẵn lòng chia sẻ, truyền rộng, khuyến khích nhiều người khác cùng đọc và học theo. Không nên để kinh sách nằm yên đóng bụi trên kệ sách, vì **kinh sách không có người đọc thì không thể mang lại lợi ích.**

3. Tùy theo khả năng mà đóng góp tài vật, công sức để hỗ trợ cho những người làm công việc biên soạn, dịch thuật, in ấn, lưu hành kinh sách, **để ngày càng có thêm nhiều kinh sách quý được in ấn, lưu hành.**

Thông thường, việc chi tiêu một số tiền nhỏ không thể mang lại lợi ích lớn, nhưng nếu sử dụng vào việc giúp lưu hành kinh sách thì lợi ích sẽ lớn lao không thể suy lường. Đó là vì đã giúp cho nhiều người có thể hiểu và làm theo lời Phật dạy. Mong sao quý Phật tử khắp nơi đều lưu tâm đóng góp sức mình vào những việc như trên.

TINH YẾU THỰC HÀNH PHÁP THÍ

- Mua thỉnh kinh sách về đọc, tự mình sẽ được rất nhiều lợi ích.
- Chia sẻ, truyền rộng bằng cách cho mượn, biếu tặng kinh sách đến nhiều người thì lợi ích ấy càng tăng thêm gấp nhiều lần.
- Đóng góp công sức, tài vật để hỗ trợ công việc biên soạn, dịch thuật, giảng giải, in ấn, lưu hành kinh sách thì công đức lớn lao không thể suy lường, vì có vô số người sẽ được lợi ích từ việc lưu hành kinh sách.

www.ingramcontent.com/pod-product-compliance
Lightning Source LLC
LaVergne TN
LVHW011732060526
838200LV00051B/3154